शक्ती

रामचंद्र कापरे

Made with ♥ on the Notion Press Platform

www.notionpress.com

All the characters & places mentioned in this book are fictitious & work of imagination and any resemblance to actual persons, living or dead and to the actual places is purely coincidental.

Contents

PREFACE

प्रत्येक माणसाच्या मनात कोणत्या न कोणत्या स्वरूपाची भीती दडलेली असते. ती कधी अनुभवातून आलेली, तर कित्येकदा काल्पनिक असते. त्याची जाणीव तो इतरांना कधीच करून देत नाही. बऱ्याचदा त्या भीतीचा सामना करण्या ऐवजी ती गोष्ट, तो अनुभव, प्रसंग मनात खोलवर दडवून ठेवलेला असतो. विस्मृतीत गेलेला असतो. आणि स्वतःची समजूत काढून पुढे सरकतो. त्या भीतीची जाणीव फक्त त्याला एकट्यालाच आहे, अशी त्याची भाबडी समजूत असते. पण अशी भीतीदायक गोष्ट, तो प्रसंग अथवा तो अनुभव जर त्याच्या समोर पुन्हा त्याच पद्धतीने उलगडला तर... तो त्याचा सामना करू शकेल? निखिल आणि त्याची बायको सौम्या व मुलगा नीरज हे तिघे जण सुटी साठी संटिमोई येथील '८ डी' गोआन हाऊस' ह्या व्हिला मध्ये आलेले असतात. ह्या पिकनिक मध्ये त्यांच्या आयुष्यातील अशी काही गुपितं बाहेर येतात ज्याची त्यांनी स्वप्नात देखील कल्पना केलेली नसते. हि गुपितं अचानक येण्याचे कारण काय? त्या व्हिला मध्ये आणखी कोणी त्यांच्यावर नजर ठेवून आहे. कोणीतरी आधीच त्यांच्या येण्याची वाट पाहतंय...

रामचंद्र कापरे

दि.१५ फेब्रुवारी २०२३

ACKNOWLEDGMENTS

I would like to express my gratitude to late Narayan Dharap whose books have always entertained, thrilled me and inspired me to write this story. Thank You.

PROLOGUE

भीती काय असते? अंधकाराची, विश्वास गमावण्याची, असुरक्षिततेची, आत्मविश्वासाच्या अभावाची, नवीन गोष्टीच्या अज्ञानाची, किंवा गूढतेच्या कुतूहलाची, काळ्या- अदृश्य शक्तीची...जुन्या नकोश्या झालेल्या आठवणी, जुन्या अनुभवाची आणि त्याबरोबर आलेल्या नैराश्यची व पश्चातापाची 'भीती'. स्वतःचीच मानसिक पातळी कोण्या 'असुरी' क्रोधापायी ढासळून मनाचा ताबा पूर्णपणे हरवून झालेल्या अक्षम्य वर्तनाची व त्यामुळे जागा झालेल्या गिल्ट कॉन्शिअसची 'भीती'... एकीकडे जगाच्या मोहमायेत, स्वप्नाच्या रंगवलेल्या जगात रमणार मन आणि दुसरीकडे आपल्या वास्तवाचे भान येऊन ते स्वप्न तुटण्याची 'भीती'... की हे सारेच नुसते मनाचे खेळ? भूत, प्रेत, पिशाच्य, असुर, राक्षस, ब्रह्मराक्षस, हडळ, दानव, ब्लॅक मॅजिक, वगैरे ह्या सर्व नकारात्मक शक्ती भीतीच्या बळावरच माणसाच्या मनावर राज्य करत असतात.. मनाला त्यांच्या मर्जीनुसार हवं तसं वागवतात... आणि माणूस जितका त्याला घाबरून राहतो, जितका त्या नकारात्मक शक्तीला शरण जातो, तितकीच त्या नकारात्मक शक्तीची ताकद आणि भूक अधिक अधिक वाढत जाते.

एकदा का त्याने मनाचा ताबा घेतला तर त्याचा गुलाम बनतो ... पुढे मृत्यूपश्चातही ह्यातून सुटका होत नाही... कारण त्या सैतानी ताकदीची पकड इतकी मजबूत होते कि माणूस त्याचे स्वत्व विसरतो आणि कायमची गुलामगिरी स्वीकारतो. गुलामगिरी हीच त्याची ओळख बनते...

असं म्हणतात कि, जिथे देव नाही , तिथे दानवांचा वास असतो. काही जागा शापित असतात... तिथे देवाचा गंध देखील पोचलेला नसतो... अशाच ठिकाणी दुष्ट आत्मे आपल्या वासना शमवित असतात. ही असुरी प्रवृत्ती शेकडो वर्षांपासून त्यांच्या ठरलेल्या जागी आपले अस्तित्व राखून असतात... त्यांना गरज असते ती माणसाच्या आत्म्याची.. त्याच्यावर अधिराज्य गाजवून स्वतःची सैतानी भूक भागवण्याची आणि आपली असुरी ताकद वापरून कित्येक कल्प ह्या जगात वास करण्याची मनीषा ठेवतात. अशा असुरांना जगाच्या नियमांशी काही घेणे देणे नसते.. ते त्या पलीकडे असतात ...

...असाच एक उपासक असुरी ताकद मिळवण्याच्या हेतूने अभिचार (काळी जादू) करण्याच्या प्रयत्नात असताना त्याच्या हातून एक चूक घडते...त्याचा त्याला फटका बसतो. लोकांना त्याच्या दुष्कृत्याची अनुभूती येते.. आणि त्याच्या जीवाची त्याला किंमत चुकवावी लागते... लोक त्याला जंगलात दफन करतात... काही वर्षे जातात...

आजूबाजूच्या दाट झाडीत दफन केलेली जागा जमिनीखाली दडपली आहे .. तरीही, त्याच्यातल्या त्या असुरी शक्तीचा वावर मागे उरतोच...त्याच्या काळ्या शक्तीचे ठसे आजूबाजूच्या परिसरावर उमटतातच... एके दिवशी असाच एक तांत्रिक काळ्या जादूच्या शोधात आणि आर्थिक सुब्बत्तेसाठी जंगलात भटकत येतो .. त्याला ह्या पाशवी सैतानाची कुणकुण लागते... यथावकाश तो त्या सैतानाला पुन्हा जागृत करतो ... त्याची पूजा करतो... त्याला बळी अर्पण करतो. ही असुरी शक्ती जसे सांगेल तसे करत जातो.. अखेर ही असुरी शक्ती जागृत होते. पुन्हा सक्रिय होते, तांत्रिकाला त्याचा अर्थात पुढे फायदाच मिळतो .. तांत्रिकाची भरभराट होते . ह्या शक्तीचा उपयोग करून त्याला विशिष्ट ताकद प्राप्त होते . पुढे त्याची लालची वृत्ती जागी होऊन असा विचार येतो की ही काळी शक्ती त्यालाच अधिक अधिक प्रसन्न व्हावी इतर कोणाला लाभू नये; आणि तांत्रिक ती जागा बंदिस्त करून त्या ठिकाणी चांगले घर बांधतो.. आणि त्या जागी असुरी शक्तीची सेवा करायला लागतो... जंगलात एकांत असल्यामुळे कुणालाही शंका यायचे कारण येत नाही... आणि भयानक अशा तामसी अत्याचाराला सुरुवात होते ... आधी केवळ जनावरांचा बळी द्यायला लागायचा ... तांत्रिकाच्या मृत्यूनंतर पुढे त्या जागी जो कोणी येईल

भले लहान मुले , अगर भटकलेली माणसे कोणालाच त्या असुरी शक्तीने सोडले नाही. पुढे त्याची रक्तपिपासू वृत्ती वाढतच गेली ..... आणि एक दिवस .....

भाग एक

Arrival at 8, D'Goan House

... एक कुटुंब त्यांच्या कार मधून एका सुंदर अशा पर्वत रांगांमधून वाट काढत चालले आहेत .. आजूबाजूला निसर्गाने हिरवाई आच्छादली आहे आणि नयनरम्य अशा वातावरणातून प्रवास चालू आहे .. बॅक सीट वर एक ७ -८ वर्षाचा मुलगा हे सर्व दृश्य त्याच्या इटुकल्या डोळ्यांनी साठवून घेत आहे ... पुढे रेडिओ संथ आवाजात सुरु आहे .. रस्त्यात चिटपाखरू देखील नाही, त्यामुळे गाडीने आपोआप वेग धरला आहे .. 'एसटीम कार' च्या घड्याळात संध्याकाळचे ५ वाजले आहेत ...

सौम्या : "गॉड ! अजून किती वेळ आहे आपला विला यायला निखिल ?"

निखिल : हातातल्या मॅपवर बघत आणि घड्याळाकडे पाहत म्हणतो "हम्म.... निदान ३ ते साडे तीन तास जर्नी आहे .

सौम्या : " मी करू का थोडा वेळ ड्रायविंग ? कंटाळा आला असेल तुला आता "..

निखिल : "असू दे . मीच करतो . आपल्याला जास्त उशीर नको व्हायला ".(हसतो) . सौम्या एक कटाक्ष टाकते आणि म्हणते ("ट्राय हार्डर"). निखिल: "चिल बेबी ... मॅक्स अडीच तासात पोहचू रस्ता मोकळा असला तर ".(निखिल रेडिओ मोठा करतो).

सौम्या : "अजून अडीच तास... किती लांब आहे" ...

निखिल : "अरेच्चा ! आपल्याला शांत, नॅच्युरल सराउंडिंग, आणि मोठ्या घरात राहायचा आहे .. **and this place is just like that"...**

सौम्या पुन्हा बाहेर च्या घनदाट हिरवळीकडे पाहत बसते ...

आता रात्रीचे ८: १५ मिनिटे झाली आहेत. वळणा-वळणाच्या घाटाला ओलांडून गाडी आता गावात शिरली आहे ... काही ठिकाणी रस्त्यावर दिवे आहेत आणि काही दाराच्या आत मधून लाईट्स चालू असल्याचे दिसते ...परंतु जस जसे हे कुटुंब रस्ता सोडून आड मार्गाने जात आहे तस तसा रस्ता अधिक अंधारात गायब होत आहे.. आजूबाजूच्या दाट झाडीने वातावरणात थंडी अचानक वाढली आहे असे जाणवते .. सौम्या तिचा स्वेटर आणि शॉल ओढून बसते...

आणि बाहेर काय चालू आहे ते पाहते... नीरज आता पाठीमागे झोपून हि गेला आहे...सौम्याने त्याच्या भोवती शाल गुंडाळून त्याला कव्हर केले आहे.. निखिल नीरजला उठवायला सांगतो. सौम्या : "निरू उठ आता . हे बघ पोचलो आपण ..".

निखिल त्याच्या हातातल्या मॅप कडे पाहत : "इथून लेफ्ट आणि डेड एन्ड ला आपला विला "**८ द' गोआन हाऊस** ". निखिल गाडी हळू करून दिवे नसलेल्या खडबडीत रस्त्याने जात आहे .. आजूबाजूला जंगल असल्याचा आभास येतो आहे ... रस्त्यावरचे काही दिवे सोडले तर सगळं जग कस अंधारात गुडूप झाले आहे .. होता होता काही अंतराने त्यांची गाडी एका जुन्या अशा बंगल्याच्या गेट वर येऊन थांबते. रात्रीची वेळ असल्याने आजूबाजूच्या झाडीतून किर असा आवाज घुमतोय.. बंगल्यात अजून अंधार आहे.. आजूबाजूला झाडी आहे... धूळ आहे. बाकीच्या वेकेशन विला पेक्षा हा बंगला जुना दिसत आहे... त्यामुळं ह्या बंगल्याचा एक वेगळाच चार्म आहे ... त्याची कार बंगल्याच्या दिशेने आत जाते... बंगल्याच्या आसपास वेलीने वेढलेली दाट झाडी आहे. आणि गवत वर उगविले आहे. विशेष म्हणजे सर्व झाडे वेगळ्याच जातीची आहेत... जणू काही निराळ्याच प्रदेशात हा बंगला उभा आहे असा फील येतोय....

आकाशात चंद्र नसल्यामुळे आसपासचा परिसर अधिक डार्क , अंधारात लपून गेल्यासारखा वाटतो आहे. बाजूलाच एका मैदान आहे जिथे झोका आहे ...

निखिल आवारात गाडी पार्क करतो आणि उतरून आजूबाजूला कोणी आहे का ह्याची तपासणी करायला निघतो.. बंगल्या मधील लाईट्स ऑफ आहेत ..

निखिल उतरताच अचानकपणे बंगल्यातील काही लाईट्स ऑन होतात... आणि कुठल्याश्या एका कोपऱ्यामधून एक ५५-६० वर्षाचा माणूस निखिलच्या दिशेने येतो. त्याच्या हातात एक जुना कंदील आहे. खांद्यावर लाल रंगाचा गमछा आहे. अंगात मातकट रंगाचा सैल सदरा आणि स्वच्छ धोतर नेसलेले आहे. म्हाताऱ्याला त्याच्या वयास साजेशी झुपकेदार मिशी होती. त्यामुळे त्याचा वेगळा ठसा उमटत होता. म्हाताऱ्याची उंची ६ फूट तरी होती; पण तो काटकुळी अंगवळणाचा वाटत होता. निखिलकडे जरा चमत्कारीक नजरेने पाहून त्या म्हाताऱ्याची नजर गाडीत बसलेल्या माणसांकडे वळते. काही क्षण असे जातात. निखिल बोलतो..

निखिल : "मी निखिल कार्यकर्ते. आम्ही हा बंगला बुक केला आहे. मुरलीशी बोलणे झाले होते. गोपाळदास काका तुम्हीच ना?.

त्यांचा फोन झाला असेलच तुमच्याशी" ...

गोपालदास (स्वतःशी मिश्कीलपणे हसत): "व्हय. या, तुमचीच वाट पाहत होतो".

निखिल : " इलेक्ट्रिसिटीला काय झाल?"

गोपालदास : "हे व्हय मीच विजेचा संच तपासून पाहत होतो बरोबर चालू आहे ना (हसतो). बरेच दिवस झाले ना बंद होता वाडा"...

आता निखिल पाठोपाठ सौम्या आणि नीरज देखील उतरतात. निखिल म्हणतो : "चला बंगल्यात जाऊ या आधी. "

प्रथमच बंगला उजेडात दिसतो. बंगल्याला बाहेरून शेवाळी हिरवट रंग आहे. मध्यभागी '८ द गोआन हाऊस' अशी पाटी आहे. बंगल्यावर कौलारू छत आहे. गोपालदास दरवाजा उघडतो. दाराला एक भक्कम भले मोठे कुलूप आहे.. अगदी जुन्या स्टाईल मधले.. आणि त्याच्या किल्ल्यांचा जुडगा देखील तसाच पुरातन आहे... बंगल्यासमोरच भरगच्च उंचीचा मजबूत दार कोणाचही लक्ष वेधून घेईल. दाराच्या वर एक झुपकेदार मिशीतला राक्षसचा मुखवटा आहे..

दाराला एक सुंदर असे नक्षीकाम आहे.. दरवाजाचे भरीव लाकूड होते त्यामुळे दरवाजा अतिशय भक्कम आणि जाड असणार यात शंका नाही... गोपालदास दार उघडतो आणि सर्व जण गोपाळदासच्या पाठीमागून आत येतात. गोपालदास लाईट्स ऑन करतो.. सौम्या पांगलेल्या नीरजला खांद्यावर घेऊन उभी आहे, निखिल त्याची बॅग घेऊन आत येतो.. गोपालदास वेगवेगळ्या रूम्स दाखवतो.. एक मोठा लिविंग रूम आणि त्याला जोडून डाइनिंग रूम आहे.. शेजारीच लागून किचन आहे.. मधल्या पॅसेज मधून दोन लगतच्या रूम्स आहेत. हॉल मध्ये सगळे फर्निचर एका पांढऱ्या कापडाने झाकून ठेवले आहे.. कदाचित बंगल्याचा वापर अधून-मधून होत असेल आणि धुळीपासून बचाव व्हावा त्यामुळे हि असा केल असावं... त्यामुळेच सोफा, टीव्ही सेट, खुर्ची, कपाट, टेबलं उघडायला काही वेळ जातो.. हॉल मधल्या खिडक्या मात्र कर्टन्सनी बंद आहेत. हॉल मध्ये काही जुनी मोठी भांडी , घमेली शो पिस सारखी भिंतीवर टांगली आहेत. एक मोठे पेंटिंग आहे.. फुलदाणी आहे ज्यात फुले आहेत.. आतील किचन नीट नेटके आहेत ... मिक्सर ग्राइंडर, ट्रॉली, बेसिन, छोटा फ्रिज, भिंतीवरील कपाट, चमचे, २ वॉटर बॉटल, ताटल्या, वाट्या, चिमटा, काही मोजकीच भांडी असा छोटा संसार मांडला आहे. आतल्या दोन खोल्या आटोपशीर आहेत.

एक बेड, एक कपाट, दोन खुर्च्या, लाईट्स, जोडून बाथरूम असे आहे.. आतल्या कपाटावरून जुन्या अँटिक म्हणाव्या अशा कपाटाची आठवण येते.. आता हॉल मधूनच एक वर जाणारा जिना आहे.. जो पहिल्या मजल्यावरील खोल्यांना मिळतो.. एक डाव्या हाताला आणि एक उजव्या हाताला..

गोपाळदास : "मी गाडीतून सामान घेऊन येतो" .

निखिल त्याला गाडीची चावी देतो.. आता हळू हळू एकेक गोष्टी बाजूला करीत निखिल, सौम्या घर नीट बघतात.. नीरज त्या व्हाईट शीट शी खेळायला लागतो.. त्याच्या आडून चित्र- विचित्र आवाज काढत एकटाच खेळतो.. इकडे निखिल सगळी बटणे व्यवस्थित चालू आहेत का ह्याची खात्री करून घेतो.. सौम्या बाथरूम व्यवस्थित आहे का आणि इकडे तिकडे पाहू लागते.. शेवटी ती किचनकडे वळते आणि तिला लागणाऱ्या गोष्टीची पडताळणी करते.

गोपालदास सामान हॉलमध्ये ठेवत म्हणतो "तुम्ही प्रवासातून आलात. मी जेवणाची तयारी करतो. मालक ह्या घराच्या आणि गाडीच्या चाव्या." गोपालदास काका निखिलला दोन्ही किल्ल्या सोपवतात..

गोपालदास निघून गेल्यावर निखिल, सौम्या बॅगा रूम मध्ये ठेवायला जातात.. निखिल बाहेर येऊन सोफ्यावर आराम करायला बसतो.. नीरज इकडून तिकडे उड्या मारत बसतो ...काही वेळाने सौम्या नीरजला घेऊन रूममध्ये त्याचे कपडे बदलायला लावते....नीरजला पिटाळून सौम्या रूम मध्ये स्वतः आवरते... बाहेर निखिल बंगला कसा आहे हे पाहायला सहज जिन्याने वर जातो.. वर त्याला समोरच एक मोठे पैंटिंग दिसते.. ज्यात एका मुलीच्या हातात एक कोकरू आहे.. आजूबाजूला बरीच कोकरे आहेत.. पाठीमागे घर आहे.. मुलगी कोकरूला आनंदात पकडून आहे.. जवळच नदी वाहते आहे... कोकर घास खात आहे.. निखिलला त्या चित्राची रंग संगती आवडते.. निखिल दोन्ही बाजूला पाहतो तर दोन्ही रूम्स लॉक असतात.. त्या दिशेने वळणार इतक्यातच त्याला त्या पैंटिंग मधून हळू हळू काही आवाज येत असल्याचा भास होतो.. जसे कि पाण्याचा, गवत चरण्याचा, कोकरांचा... जणू काही ते पेंटिंग आता खरेखुरे जिवंत झाले असल्याचा भास व्हायला लागतो आणि निखिल तिथेच थांबतो.. इकडे सौम्या बॅगामधून काही कपडे , लोशन्स, हॅन्ड-बॅग, ब्रश, पेस्ट वगैरे गोष्टी रचायला लागते.. एक एक गोष्टी आणि बॅग्स कपाटात ठेवायला लागते..

मोठ्या कपाटाला अर्धाकृती आरसा आहे...सौम्याची नजर कपाटावर पडते आणि तिला दिसते कि ह्या कपाटावर कोणीतरी नखाने ओरखडे करून कपाटावर एक तडा उठवलेला आहे.. आरसा अतिशय स्वच्छ आहे. स्वाभाविकपणे सौम्या त्या आरश्यात स्वतःला पाहते... पण बघता बघता एक गोष्ट तिच्या लक्षात येते कि आरशामध्ये काही तरी आहे...जणू काही आरश्याच्या आतून काही जिवंत भावना अडकल्या असाव्यात अशा... सौम्या जवळ जाऊन त्या आरश्याला हात लावते आणि तिला काहीतरी वेगळीच जाणीव होते...आरश्याच्या आर पार कोणीतरी सतत हालचाल करून तिचे लक्ष वेधून घ्यायचा प्रयत्न करतय...बाहेर येण्याचा, तळमळीने हाक मारण्याचा सूक्ष्म आवाज... ती त्या आरश्यासमोर काही क्षण अशीच उभी राहते आणि शून्यात हरवते.. अचानकपणे आरश्यातल्या सौम्याची पापणी लवते आणि घाबरून सौम्या बाजूला होते. सौम्याला काहीतरी वेगळे जाणवले आहे.. सौम्या झटकन बाजूला होते आणि काहीतरी भास झाला असावा अस समजून ती नीरजच्या खोलीत डोकावते....

इथे वर निखिल हि काहीसा गोंधळल्यासारखा परत परत त्या पेंटिंगकडे पाहत खाली जायचा निर्णय करतो...एव्हाना गोपालदास काका येतात त्यांच्या हातात जेवणाचे डबे आहे. निखिलकडे चोरट्या नजरेने पाहत गोपालदास काका

हळू हळू डबे किचन मध्ये ठेवतात ···

गोपालदास : “वाहिनी साहेब , जेवण स्वैपाकघरात गरम गरम तयार ठेवल आहे . तुम्ही सांगा तर वाढायला घेतो” . सौम्या किचन मध्ये येऊन स्वतः जेवण बघते आणि वाढायला सांगते .

आता तिघे जण एकत्र जेवण करायला डायनिंग रूम मध्ये बसतात ···एक एक जिन्नस ताटात आल्यावर सौम्या डबा उघडते आणि तिला त्यात एक खिरीसारखा पदार्थ दिसतो.

गोपालदास : “वाहिनी, ती स्पेशल स्वीट डिश घ्या ना आमची.. त्या पातेल्यात आहे.. गावाकडली फेमस डिश आहे ” ..

निखिल सौम्याकडे पाहून खांद्यानेच नवल करतो .

सौम्या : “काय आहे ते ?” सौम्या थोडी चव घेऊन बघते . तिला ते आंबट गोड लागते.. थोडी खीर निखिलला वाढते आणि विचारते ···

निखिल: “हम्म वेगळीच चव आहे. काय प्रकार म्हणायचा हा ?

सौम्या नीरजला वाढायला लागते.. खीर पाहून नीरजचा चेहरा खुलतो..

गोपालदास : "ती एका खास झाडाच्या पानाची बनते. इथे आपल्या बागेत पण अशी रोपटे मिळतात.. त्यावर प्रक्रिया करूनही खीर बनतात" ...

सौम्या: "छान चव आहे.. काका हे जेवण कुठून घेऊन आलात तुम्ही"?

गोपाळदास काका: "इथे जवळच एक मावशी राहतात. त्यांची मेस आहे. सगळ्यांचं त्या बनवतात" .

गोपाळदास काका : "आवडल असल तर रोज मावशीकडे सांगतो जेवण बनवायला... तसही मला जेवण बनवायला येत नाही. मावशीलाच सांगितलं आहे रोज डबा पाठवायला" ..

सौम्या : "हो हरकत नाही.. काय हो?"

निखिल : "चालेल .. चव चांगली आहे त्यामुळे रोजच्यापेक्षा चविष्ट जेवण मिळेल" ..

नीरज : नुसताच हसतो...सौम्या एक कटाक्ष टाकून निखिलला दटावते ...

जेवण झाल्यावर नीरज इकडून तिकडे फेऱ्या मारत आहे. सौम्या किचन मधील आवरत आहे. बाहेर गोपालदास काका आणि निखिल बोलत बसले आहेत. निखिल आजूबाजूची माहिती घेत असतो ..

इतक्यात सौम्या : "बर काका, आता उद्याच काय ?. इथे फेरफटका मारायला काय आहे" ?..

गोपालदास काका :" हं? व्हय ... तस फक्त जंगल आहेत आणि धबधबा आहे पहा. बाकी सगळं निसर्ग आहे फेर फटका मारायला ... म्हणजे गावाकडे लांब नदी आहे पोहायला" .

निखिल : "हम्म" ??

गोपालदास : "बाकी, तुम्हाला काही लागला तर इथून तालुका जरा दुर आहे... बाकी गाव तसा बाकीच्या गाव सारखा आहे कि हो" .....

निखिल : " बर बर . या" .

गोपालदास काका : "व्हय. उद्या चहा ८ वाजता आणतो आणि नाश्त्याचा ९ :३० पर्यंत चालेल ना".

गोपालदास निघून जातो. काही वेळाने निखिल त्याच्या रूम मध्ये येतो.

सौम्या : "छान आहे ना बंगला. किचन बाथरूममध्ये सगळ्या सोई केल्या आहेत" .

निखिल : "हम्म" ..

सौम्या: "चल तुझे कपडे काढून ठेवते बदलून घे" ...

सौम्या नीरजच्या रूमकडे जाते.. नीरज उश्या, गादीवर WWF प्रमाणे कुस्ती करतोय... सौम्या त्याला थांबवून बेड शीट नीट करायला लागते.. काही वेळाने त्याला गोष्ट सांगून सौम्या झोपवते आणि लाईट्स बंद करून बाहेर येते.. जरा वेळाने निखिल पण त्याच्या अंथरुणावर येऊन पडतो... दिवसभराच्या प्रवासाने सगळे जण थकलेले आहेत ... आता फक्त चांगल्या झोपेची आवश्यकता आहे ....

... रात्रीचे ३ वाजले आहेत .. अडनिडी बेसावध वेळ .. तिघे हि पूर्ण झोपेत गुरफटलेले आहेत... बाहेरच्या कसल्याही आवाजाची जाणीव होत नाहीये... काही वेळाने वरच्या खोलीत काही अदृश्य पण जाणवणारी हालचाल सुरु होते. एक काळसर आकृती जिन्यावरून सळसळत खाली येते.. आणि निखिल सौम्याच्या रूममध्ये शिरते... निखिल आणि सौम्या दोघे हि स्वप्नात व्यस्त आहेत..

निखिल स्वप्नात पाहतोय की त्याला बऱ्याच माणसांच्या गर्दीने जमाव करून घेराव घातला आहे... सगळीकडून आवाज, गोंगाट सुरु आहे... त्याचा केंद्रस्थानी निखिलच आहे... निखिल कोणा-कोणाला काहीतरी आश्वासन, भरावसा देतोय... काही जण निखिलला जाब विचारताहेत... निखिलला सगळ्यांना तोंड देऊन देऊन घाम फुटतोय... त्याला शरम देखील वाटत आहे ... निखिल माफी सुद्धा मागतोय ... इतक्या गोंगाटात निखिलचे लक्ष ह्या माणसांच्या परिघाबाहेर असलेल्या त्या काळसर आकृतीकडे जाते आणि अचानक सर्व गोंगाट, कलकलाट, माणसे त्याच्या दृष्टीने विरळ होत जातात ... आता फक्त निखिल आणि ती काळी आकृती... निखिल त्या आकृती कडे पाहून त्याचा आकार समजण्याचा यत्न करतो पण तेव्हढ्यातच ती आकृती गायब होते ..आणि स्वप्न भंगते; ... सौम्या तिच्या स्वप्नात एक लग्नाच्या मंडपात आहे.. लग्न उरकून वराड बसने निघायच्या तयारीत आहे... सौम्याच्या खांद्यावर डोके टेकून तिच्यासारखीच दिसणारी वधू रडत आहे.. सौम्या देखील भावुक नजरेने तिचा निरोप घेत आहे. गाडी सुटते, कोपऱ्यावरून वळते आणि दिसेनाशी होते. सौम्या लोकांच्या गर्दीमागून सावकाश एकटी चालत परतते इतक्यात तिला एक काळसर आकृती दिसते...

सौम्या त्या काळसर आकृती कडे बघतच राहते.. हळू हळू ती आकृती जवळ येत जाते आणि एक क्षणी ती काळी आकृती सौम्याच्या अंगावरून जाते... सौम्याला शहारा येतो. आणि स्वप्न इथेच भंगते ...

इकडे नीरजच्या खोलीत हि ती काळसर आकृती घोंगावत आत शिरते... नीरज आता घाटाच्या वळण वळणाच्या रस्त्याने गाडीतून चालला आहे... गाडी वेगात आहे ... नीरज खाली वाकून पाहतो तर खोल दरी दिसते... नीरजला विश्वास बसत नाहीये कि इतक्या उंचीवरून गाडी जाऊच कशी शकते. नीरज समोर पाहतो तर रस्त्यात एक काळसर आकृती गाडीचा रास्ता अडवून थांबलेली दिसते. अचानकपणे आल्याने गाडीचा तोल जातो आणि नीरज गाडीतून ढकलला जातो आणि तो त्या उंच कठड्यावर जाऊन आदळतो.. नीरज आता कठड्याला पकडून कसाबसा लटकत आहे... वरून नीरजला ती काळसर आकृती त्याच्या दिशेने येताना दिसते. नीरजला त्या आकृतीची जरा भीतीच वाटते.. नीरज खाली पाहतो आणि खोल दरी पाहून घट्ट डोळे मिटून घेतो. आणि स्वप्न इथेच थांबते...

दुसरा दिवस :

The Dream

सकाळी निखिल आणि सौम्याला आरामात जाग येते... उठून, थोड आवरून निखिल, सौम्या सकाळच्या स्वच्छ प्रकाशात बंगला आतून बाहेरून बघतात... घर पश्चिमेकडे असल्याने बंगल्याला सूर्यदर्शन नाही.. बंगला काहीसा निस्तेज दिसतोय.. आतल्या खोल्या पण अंधारी वाटतात.. वरच्या खोल्या तर टोकाला कोपऱ्यात आहेत...बंगल्याचे वातावरण एकदम थंड, गार वाटतय.. तरीदेखील बंगल्यामध्ये एक सुप्त आकर्षण वाटत आहे. बंगल्याची वेगळीच छाप आहे.. काहीतरी जिवंतपणा जाणवेल असा अनुभव बंगल्याच्या खोल्या-खोल्यात आहे. बाहेरून बंगल्याचे दगडी बांधकाम अगदी भक्कम वाटत आहे. बंगल्याला शेवाळी रंग दिला आहे. वर गडद आणि खाली फिकट असा.. दोन मोठ्या आकाराच्या खिडक्या आहेत. आतल्या पडद्यांनी बंगला झाकून आहे.. दाराला वर यायला गोलाकार ४ पायऱ्या आहेत .. बंगल्याच्या समोरची जागा मात्र गवतानी, झाडांनी, काट्याकुट्यांनी व्यापली आहे. काही फांद्या आणि वेली बंगल्याच्या वर टांगलेल्या अवस्थेत आहेत...त्यामुळे बंगल्याला एका वेगळच रूप आलय. बाहेरून हिरवेगार व नैसर्गिक ओढ वाटतेय. बाहेर मुलांना

खेळण्याकरता प्ले ग्राउंड आणि झोका आहे.. बंगल्याच्या आसपास थोडी झाडी आहे.. अशी झाडी क्वचितच पाहायला मिळते.. काहीं ना फुले आली आहेत तर काहींना तीक्ष्ण पाने आहेत.. पानांचा रंगही लालसर रेड वाईन प्रमाणे आहे... एक प्रखर दर्प झाडीतून येत आहे...सौम्या आपोआपच ह्या झाडीकडे मोहित होते आणि अशी फुले पाहून ती तोडायची इच्छा होते... सौम्या फुलाचा सुगंध घेते आणि तिला काही क्षणासाठी थोडी धुंद चढते.. इकडे निखिल बंगल्याच्या पाठीमागे येतो.. त्याला विहीर दिसते.. वरून पाचोळा आणि काट्याकुट्यांनी आच्छादलेला/झाकलेला दिसतो.. आजूबाजूला तीच सुगंधी फुले... समोर डोंगराच्या रांगा दिसतात. पश्चिमेकडे दूर काही बंगले दिसतायेत.. निखिल फेरी पूर्ण करून पुढच्या दिशेने येतो...निखिलला पाहून सौम्याही वळते दोघांच्या हाव- भावाहून त्यांना बंगला आवडलाय असे वाटते. आणि दोघे आत शिरतात... काही वेळाने नीरज देखील उठतो...आता सगळे फ्रेश होऊन डायनिंग टेबलपाशी जमा होतात... थोड्यावेळाने गोपालदास काका नाश्त्याचा डबा आणि किटली घेऊन येतात. सौम्या नीरजला दूध देते. नाश्ता झाल्यावर थोडा वेळ इकडे तिकडे फिरण्यात आणि नीरजशी खेळण्यात जातो...

गोपालदास काकाला आज जेवणाचा डबा घेऊन लवकर बोलावलेले असते आणि सुमारे १ वाजताच जेवण करून सगळे कुटुंबीय गावात फिरायला आणि खरेदीला बाहेर पडतात... गावात STD बूथ आल्याने सौम्या '*ती सुखरूप बंगल्यावर पोचल्याचे* तिच्या घरी कळवते... पुढे निखिल त्याची गाडी डिझेल भरून गावात मार्केट मध्ये आणतो.. दिवसभर सौम्या ह्या ना त्या कपड्यांच्या खरेदीत व्यस्त असते... गाव तसे 'शिफॉन' कापडासाठी प्रसिद्ध आहे... इकडे निखिल आणि नीरज दोघेही कधी आइसक्रीम खा, कोलड्रिंक पी, कधी सौम्याच्या हट्टापायी तिने निवडलेले कपडे जबरदस्तीने ट्रायल घेऊन ये, तर कधी सौम्याच्या मागे तिच्या पिशव्या उचलत भटकणे असे करून बऱ्यापैकी वेळ जातो. या भटकंतीने रात्र कधी होते समजत नाही.. रात्रीची दिवे लागणी होते आणि कुटुंब माघारी फिरते... बरोबर ९ वाजता गोपालदास काका जेवण घेऊन येतात आणि तिघे हि दिवसभर हिंडण्याच्या नादात थकलेल्या अवस्थेत सावकाश जेवण करतात...

...आता रात्रीचे ३ वाजून गेले आहेत. आतमध्ये निखिल, सौम्या आणि नीरज तिघे हि शांत, गाढ झोपी गेले आहेत. आणि बाहेरचं संपूर्ण जग शांत, निश्चल आहे... काही वेळाने नीरज त्याच्या रूम मध्ये इकडून तिकडे कुशी

बदलत आहे.. त्याच्या चेहऱ्यावर आठ्या पडल्या आहेत. त्याचा श्वास रोखून धरल्यासारखा आहे.. मधूनच तो मोठंमोठ्याने श्वास घेतोय...चेहरा पांढरा फटक पडला आहे... नीरजला काहीतरी भयानक स्वप्न पडत आहे.

.....स्वप्नामध्ये नीरज बंगल्यामध्ये आहे.. काही वेळाने त्याला बाहेरचं दिसते. तो बंगल्याच्या परिसरात झोक्यावर खेळत आहे. त्याच्या छोट्या शक्तीने तो झोका जोर जोरात हलवायचा प्रयत्न करतो आणि इतक्यातच त्याच्या पाठीमागून एक हात येतो.. नीरजला वाटते निखिलच आहे आणि तो म्हणतो "बाबा अजून जोरात, हवेत उडायच आहे. हळू हळू , झोका उंच उडायला लागतो.. काही फेऱ्यातच झोका उंचच उंच झोकायला लागतो. आता झोक्याने भयानक वेग घेतला आहे.. नीरज हवेत उंच उडत आहे.. मधूनच तो खाली बघतो तर जमीन आणि त्याच्यामध्ये बरेच अंतर आहे.. नीरज डोळे घट्ट मिटून घेतो...पण झोक्याचा वेग काही कमी होत नाहीये.. आता वाटत कि झोक्याच्या साखळदंडातून नीरजची पकड सैल सुटेल आणि नीरज दाणकन तोंडावर आपटेलं कि काय...नीरज जिवाच्या आकांताने ओरडतोय...झोक्याला थांबवायचा प्रयत्न करतोय.. पण खाली जमीन नसल्याप्रमाणे झोका फक्त हवेत उंच उडत आहे.. नीरज ला आता झोका

थांबवताही येत नाही आणि सोडताही येतं नाहीये.. नीरज पाठीमागे पाहायचा प्रयत्न करतो, विनवण्या करतोय, पण पाठीमागे कोणीच नाहीये.. आता झोक्याचा वेग अधिकच वाढायला लागलाय... नीरजला चक्कर येतीये.. जस काही कोणीतरी नीरजच्या चिमुकल्या ताकदीची आणि सहनशक्तीची परीक्षाच घेत आहे.. शेवटी एका क्षणाला नीरजचा हात सैल सुटतो आणि नीरज दहा फूट लांब तोंडावर आदळतो. रडवेला चेहरा, फुटलेले तोंड, घासलेल कोपर आणि गुडघे घेऊन नीरज मोठ्याने आक्रोश सुरु करतो... बराच वेळ रडल्यावर त्याला दुरून कोणीतरी येताना दिसते आणि पुन्हा जोराने रडणे सुरु होते.. तो त्या दिशेने पाहतो तर त्याला निखिल त्याच्या दिशेने येताना धावताना दिसतोय, नीरजला हाक मारत मोठ्याने ओरडत येतोय... थोड जवळ आल्यावर नीरज डोळे पुसतो आणि पाहतो कि निखिलच्या हातात एक धार धार सुरा आहे जो त्याने नीरज समोर धरून बसला आहे. नीरज मोठ्याने आईला हाक मारतो.. नीरजच्या पाठीमागून एक काळसर आकृती तयार व्हायला लागते आणि पुढे सर्व काही धूसर होत जाते.. आणि नीरजचे स्वप्न मधेच तुटते... नीरजच्या छातीत जोरजोराने धड धड सुरु झालीये... त्याला कळतच नाहीये स्वतःला सावरायचे कसे, शांत करायचे कसे. नीरजच्या तोंडून आवाज देखील

फुटत नाहीये... नीरजची भीतीने दाणादाण उडालेली आहे..

... इकडे सौम्या आणि निखिल दोघे हि अस्वस्थ आहेत.. सौम्याला हि एक वाईट स्वप्न दिसत आहे... इकडे तिकडे भटकून मन शेवटी बंगल्यातच येऊन पोचते.. आता सौम्या तिच्याच रूममध्ये एकटीच बसलेली आहे. ती कपाटाकडे वळते.. कपाटाच्या अर्ध्या बाजूस असलेल्या आरश्यात तिचे प्रतिबिंब पाहते.. ती तिचे केस विंचरते आहे.. प्रतिबिंब देखील हुबेहूब केस विंचरत आहे.. सौम्या जागेवरून उठते.. एकवार तिची नजर आरश्याकडे जाते.. आरश्यातल प्रतिबिंब जागचं हालत नाही.. तिला भास झाला कि काय म्हणून हळूच पुन्हा आरश्याकडे पाहते तर आरसा अतिशय नॉर्मल वाटतो.. सौम्या आता जायला निघते पण तिची आरश्यात प्रतिमा तिथेच अडकून पडल्याप्रमाणे आहे. आता मात्र सौम्याला शॉक बसल्यासारखा झालेला आहे.. सौम्या दोन-तीन वेळा तिची जागा बदलून पाहते पण काही केल्या आरश्यातल प्रतिबिंब हालत नाहीये...आता आरश्यातल प्रतिबिंब तिच्याकडे पाहून विचित्रपणे हसते आहे...सौम्याला हे पाहून छातीत धडधड सुरु होते.. आता सौम्याला आरशातून तिच्या पाठीमागे एक काळसर आकृती तयार होताना दिसतंय.. सौम्या झपकन पाठीमागे बघते तर काहीही नसते.. सौम्या आता पुन्हा आरश्यात

तर तिथे एक मुलगीच तिची जागा घेते.. आणि जोर जोरात आरशावर हात आदळायला लागते.. जणू काही आरश्यात ती कैद झाली आहे.. सौम्याला हा काय प्रकार चालू आहे हे समजतच नाहीये... आता आरश्यात प्रतिमेवर पुन्हा तीच काळसर आकृती जमा होते आणि ती मुलगी गायब होते... आरसा पूर्ण काळपट झालेला आहे. सौम्या हे पाहून जोरात ओरडते... आरश्यातला मुलीचा रडण्याचा आवाज तिला येतोय... हा आवाज तर ओळखीचा वाटतोय... सौम्याला काहीतरी जाणवून अचानक भीतीने बोबडीच वळते.. स्वप्न इथेच थांबते;

...निखिलच्या स्वप्नामध्ये त्याला बंगल्याचे दार दिसते. निखिल आत शिरतो.. आता तो हॉल मधून वरच्या जिन्यावर आला आहे... तिथे तो भिंतीवर टांगलेल्या पेंटिंग पाशी स्वतःला बघतो...तेच पेंटिंग...तीच ती कोकरू सांभाळणारी मुलगी तेच ते हिरवेगार शेत, तीच नदी... पण आता पेंटिंग हळू हळू जिवंत होत आहे.. नदीचे पाणी वाहू लागले आहे.. पेंटिंग मधील मुलगी आता निखिलकडे अचानक एकटक बघते. तिच्या हातात आता एका मोठा सुरा आला आहे .. आणि निखिलला काही समजण्याआधीच ती मुलगी त्या सुऱ्यावरून त्या गरीब कोकरूची मान फिरवते.. अतिशय निर्दयी काळजाने ती बाकीचे कोकरू देखील मारून टाकते.

त्या जिवंत कोकरूचे रक्त उडून त्या मुलीच्या चेहऱ्यावर आणि मग निखिलच्या चेहऱ्यावर उडते.. निखिल ते रक्त पुसायला जातो... त्या मृत कोकरांना घेऊन ती मुलगी अतिशय संतापाने पलीकडच्याच विहिरीत ते शरीर ढकलून देते. हा अतिशय भयानक प्रसंग पाहून निखिलचा डोळ्यावर विश्वासच बसत नाही. निखिल जागच्या जागी गोठतो... हळूच ती मुलगी निखिलच्या हातात तो रक्ताने माखलेला सुरा देते.. निखिल खाली पाहतो तर हळू हळू रक्ताचे पाणी पेंटिंग मधून बाहेर येऊन फ्लोअरवरून घरंगळत येते.. निखिल कसा बसा पाय सावरून तिथून पळ काढतो... निखिल खाली येतो आणि त्याला अचानक बाहेरून किंकाळीचा नीरजच्या आरडा-ओरडण्याचा आवाज येतो. निखिल बघतो कि नीरज आकाशात उंच झोका घेत आहे... आणि धपकन पडतो.. निखिल धावत पळत जाऊन नीरजपाशी पोचतो आणि त्याला कुठे लागलं आहे का ते पाहायला पुढे खाली बसतो... जोरात आदळल्याने तो काही बोलू शकत नाहीये... नीरजची नजर निखिलकडे वळते आणि नीरजच्या डोळ्यात आता वेगळीच भीती दाटून आली आहे.. नीरज निखिलला संशयाच्या नजरेने पाहत आहे.. नीरज निखिलच्या हातात तो रक्ताळलेला सुरा पाहतो आणि पाठीमागे जायचा प्रयत्न करतो .. निखिलच्या लक्षात येते कि त्याने हातात सुरा पकडला आहे. निखिल वर नीरजकडे बघतो आणि तेव्हड्यात एक काळसर आकृती

नीरजच्या मागून येते आणि त्याला घेऊन जाते... निखिल मोठ्याने ओरडतो... पण आता खूप उशीर झाला आहे... एक जोरदार हवा येऊन निखिलला खाली आदळते आणि निघून जाते.. आणि निखिल बेशुद्ध होतो .. स्वप्न संपते...

तिसरा दिवस :

The Hangover of Dream

आज बंगल्यात तिसरा दिवस उजाडला आहे. आज सर्वजण सावकाश उठतात ... अंगात एक प्रकारचा आळस, मरगळ, आणि आजूबाजूचे वातावरण काही प्रमाणात उदासी, कंटाळवाणे असल्यासारखे वाटत आहे. आपापली नित्य कामे उरकून किचन मध्ये डायनिंग टेबलंपाशी सावकाशपणे गोळा होतात.. शरीर जड झालेली आहेत.. प्रत्येकाच्या मनात एक वादळ उठलं आहे.. अचानक पडलेल्या स्वप्नाचा भीतीदायक आणि क्लेशदायक अनुभव ताजा आहे...तो आठवून आठवून प्रश्नांचा गुंता वाढतच आहे .. सोबत एक प्रकारची भीतीची किनार सलत आहे .

थोड्यावेळाने गोपाळदास काका येतात ...सकाळचे ९ -९ :१५ होऊन गेलेत . कालच्या प्रवासाने आणि रात्रीच्या विचित्र अनुभवाचा मनात विचार चालू आहे. कोणीच कोणाशी बोलत नाहीये... सौम्या नीरजला दूध देते . नीरज त्याच्याच विश्वात रमला आहे ... तो एकटक एकाच दिशेने पाहत बसला आहे.. नीरज चे काहीतरी बिनसले आहे अशी कुणकुण सौम्या च्या लक्षात येते .

सौम्या :   'नीरज काय झालं रे ! झोप लागली नाही का?'

नीरज :(भानावर येऊन) "नाही ... स्वप्न पडला ! डेंजर होता ते" ..

सौम्या : "हो" ? ...

नीरज : "मी झोका खेळात होतो . आणि बाबांनी जोरात झोका ढकलला . मी आकाशात होतो .. मग मी एकदम झोक्यावरून खाली आलो" ..

सौम्या : "मग बाबांनी खाली कॅच केला ना तुला" ?

नीरज : "नाही. बाबांनी सोडला मला आणि मी रप्पकन खाली आदळलो" .

सौम्या : "असा झाला का ? अरे स्वप्नच असत ते... खोट खोट असत.. बाबा अस करेल का तुला, सांग बर?" असं म्हणत सौम्या तिच्यासाठी आणि निखिल करता चहा कपात ओतते.. किचनमध्ये गोपालदास काकाने अगोदरच ब्रेकफास्ट आणि चहा ची किटली आणून ठेवली आहे.. गोपालदास काका बाहेर शांतपणे बसला आहे .. कुटुंबाकडे हळूच नजर ठेवून आहे. त्याला त्या कुटुंबाच्या बोलण्याकडे रस आहे.

नीरजच्या हकीकतीमुळे निखिलचे लक्ष त्याच्याकडे जाते. निखिलला त्याच्या कालच्या विचित्र स्वप्नाची आठवण येते. पण नीरजचे बोलके डोळे आता भीतीने काठोकाठ भरले आहे.. नीरजची हि अवस्था पाहून तो बोलण्याचे टाळतो... सौम्या देखील चहाचे सिप घेता घेता मनातल्या मनात तिच्या कालच्या स्वप्नाचा अर्थ लावायचा प्रयत्न करतीये... काही वेळाने सौम्या ग्लास रिकामा करून म्हणते "आज कुठे जायचे शॉपिंगला? गावातल्या मार्केट मध्ये right"? नीरज कडे बघते ..

सौम्या : "I have plan. आज आपण पूर्ण दिवस बाहेरच भटकून येउयात का"? "What say Neeraj? आपण बाहेरचंच जेवूयात, दुपारी आइस क्रीम, मग नीरजच्या आवडीचा ड्रेस घ्यायचा, मग संध्याकाळी भेळ, पाणीपुरी आणि नुसती धमाल करायची"...

नीरज : "Yipee"! आणि नीरज उड्या मारत बाहेर पळतो.

सौम्या :"नीरज , ए इकडे ये आधी हे संपव पाहू" ...

निखिल:"जाऊ दे ना.. दमला कि येईल इकडे ..चल मला अंघोळ करायची आहे .. मरगळ जात नाहीये माझी" ..

सौम्या :"झालय काय तुला ?"

निखिल: “हि सुटी हवीच होती बहुतेक” ...

सौम्या: “बर , गिजर चे पाणी सोड आणि फ्रेश हो” ..

निखिल उठतो.. निखिल जिन्याकडे पाहतो थोडा वेळ घुटमळतो आणि पुन्हा वर जातो.. निखिल त्या पेंटिंगकडे बघतो... त्याला पुन्हा कालच्या इंसिडेन्स ची आठवण येते. आता ते पेंटिंग तितकेच निर्जीव आहे. आता हेच पेंटिंग अतिशय सुंदर दिसत आहे.. पूर्ण नजर आनंदी वाटतेय, पण वरवरून... निखिल अगदी जवळून पाहतो आणि त्या मुलीच्या आजूबाजूला कुठेच तो सुरा निखिलला दिसत नाही.. निखिल संपूर्ण चित्र पाहतो पण त्याला काहीच दिसत नाही. निखिल आता डावीकडे वळून कोपऱ्यातल्या अंधाऱ्या खोलीकडे नजर टाकतो ... हि रूम तर लॉक आहे .. एक वेगळाच गारठा आहे ह्या भागात... इथे पिनड्रॉप सायलेन्स आहे... काही क्षण असेच जातात ... निखिल खाली यायला वळतो तोच त्याच्या कानावर नीरज चा आवाज येतो .. निखिल झटकन त्याच्या आवाजाच्या दिशेने पळतो... नीरजला हातात घेऊन सौम्या हॉल मध्ये येते... नीरज ओक्सबोक्सी रडतोय ...

निखिल : “काय झाल? का रडतोय हा ? “नीरज, माझ्याकडे बघ बाळा” ?

सौम्या तितक्याच शांतपणे उत्तर देते "आम्ही पसाऱ्यातून उडी मारायला गेलो आणि धपकन पडलो जमिनीवर .."

निखिल नीरजला कुठे लागल तर नाही ना हे चेक करतो...

सौम्या म्हणते ..: "Don't worry.. अरे साध खरचटलं पण नाहीये "...

"उंदीर मामा ला हात करून तो पळून गेला सुद्धा... आता आम्ही छान ब्रेकफास्ट करणार आणि तैयार होऊन बाहेर जाणार, हो ना नीरज ??"

निखिल काही बोलत नाही... आणि नीरजला सौम्याकडे सोपवून अंघोळी करीता निघतो... तोपर्यंत सौम्या नीरजची समजूत घालून त्याला भरवून तयार करते ... नाश्त्यानंतर सौम्या नीरजला टीव्ही लावून देते आणि स्वतः आवरायला रूम मध्ये जाते.. आजच्या ट्रिप साठी तिने खास नवीन स्टाईलचे कपडे सोबत आणलेले असतात...आरश्यात पाहून ती कोणता लुक चांगला दिसेल ह्याचाच विचार करत असते...

आता आरश्यामधून एक हालचाल सुरु होते ...सौम्याच्या रूम मधला आरश्यात काहीतरी अनपेक्षित हालचाल होते. सौम्या आता तिचा चेहरा आरश्यात पाहते ...

आरश्यात प्रतिबिंब देखील सौम्याकडे पाहते...आणि एकाएकी प्रतिबिंब च्या चेहऱ्यावर विकृत हास्य येते... सौम्याला काही सुधारत नाही .. आणि पूर्ण अविश्वासाने ती आरश्याच्या जवळ येते आणि त्याला हात लावते.... हळू हळू एक काळसर आकृती सौम्याच्या मागे तयार होत होते. सौम्या ते पाहून एकदम पाठीमागे वळते पण तसल काहीही तिला दिसत नाही... सगळं नॉर्मल आहे... सौम्या पुन्हा एकदा आरश्याकडे पाहते तरीही आरश्यातील प्रतिबिंब सौम्याकडे पाहून हसत आहे...सौम्याला आता प्रचंड भीती वाटू लागली आहे.. त्या हसण्याची जणू काहीतरी नजर ठेवून आहे तिच्यावर... सौम्या धावतच हॉल मध्ये येते.. आणि समोर उभ्या असलेल्या निखिल वर आदळते... निखिल : "काय झाल एव्हडा घाबरायला ?" "काय झालं सौम्या " ?

सौम्या आतल्या आरश्याकडे बोट दाखवून म्हणते 'त्या आरश्यात बघ .. चल ...' अस म्हणल्यावर निखिलच्या पोटात गोळा येतो ..

निखिल आणि सौम्या दोघे आत येतात . निखिल हळूच दार उघडतो.. इकडे तिकडे बघून मगच पाऊल आत टाकतो ... सौम्या आरश्याकडे बोट दाखवते.. निखिल

आरश्यासमोर उभा राहतो. आरसा अगदी नॉर्मल आहे.. सौम्या निखिलच्या पाठीमागे येते आणि भीत भीत म्हणते.. "ते बघ माझ्याकडे बघून हसतीये ... माझ्यासारखीच दिसणारी हि मुलगी माझ्याकडे पाहून हसतीये" ....

निखिलला काहीच कळत नाही ... त्याला वाटते सौम्या ला भास होत आहेत ...

निखिल: "नाही ग.. मला तू अशीच नॉर्मल दिसत आहेस. तू आता भांबावलेलीच दिसत आहेस .. काय झाल? काही तरी भास झाला का तुला? ... हे बघ ना आरश्यात तू आणि मी दोघेच आहोत .."

सौम्या अजूनही अविश्वासाने आरश्याकडे पाहते आणि म्हणते "अरे नीट पहा ना" .. "तुला वाटते आहे कि माझा गोंधळ होतोय का ?? ओ गॉड !!"

निखिल : "अग काय झाल तरी काय सांगशील का?" "तू अगदी परफेक्ट दिसत होतीस आता पण.. C' mon, u r stressed !! .. हे बघ आपण दुसऱ्या आरश्यात पाहू ओके?... तुला वाटलं तर ह्या आरशावर मी पडदा टाकतो .. मग तर झाल" ??

सौम्या : "हो , चालेल , मला अजिबात पाहायचे नाही त्या आरश्यात ... प्लीज मला इथून घेऊन चल" ...

निखिल:' ओके' . निखिल शेजारच्या पांघरुण आरशावर टाकतो.. आणि म्हणतो. "कम ऑन आता काही घाबरण्यासारखं नाही .. आपण बाहेर फिरून येऊ तुला बर वाटेल" . निखिल सौम्याला घेऊन हॉल मध्ये येतो ...
निखिल : "बघ तूच आता .. तुला काहीतरी भास झाला होता ... सगळं नॉर्मल आहे, आता आपल्याला आज कुठे -कुठे जायचंय ना ? तू आवरून घे पाहू ...." सौम्या स्वतःशी विचार करते आणि रूम मध्ये जाते ..

नीरज त्याच्या आई कडे बघतो आणि विचारतो.. " काय झाल आईला ?? ती अशी का रडत होती ?"
निखिल: "नंतर सांगतो तुला.. आता काही बोलू नकोस. "

निखिल ट्रिपचा मूड कायम ठेवण्याचा प्रयत्न करतो.. " काय रे तुला आज काय घ्यायच? आपण हिल साईड ला जाणार आहोत .. घोड्यावर बसायचा ना तुला" आणि निखिल नीरज ला उचलून धरतो आणि सोफ्यावर येऊन बसतो.. दोघे थोडावेळ टीव्ही वरच कार्टून

बघण्यात गुंग होतात..सौम्याला आवरायला थोडा वेळ जातो.. स्वतःशीच बडबड करत अनुत्तरित गोष्टीची उत्तरे सोडवत सोडवत ती आवरते.. काही वेळाने सौम्या बाहेर येते. "निखिल.. कशी दिसतेय मी.. ओके ना .." निखिल हातानेच ओके करतो ...

घरा बाहेर पडताना निखिल एकदा त्या झोक्याकडे नजर टाकतो ... सगळं वर वर पाहता ओके वाटत होत. गाडी गेट मधून बाहेर पडत आणि हळू हळू गावाच्या दिशेने कूच करते.. गाव लागते...गावातलं वातावरण कस अगदी बंगल्याच्या वातावरणाविरुद्ध होत. गावातलं वातावरण स्वच्छ कस होता.. कुठेही पोल्युशन नाही, रस्त्याने गाड्यांचा सततचा आवाज नाही... काही वेळाने मार्केट लागते.. सौम्या तिला हवे ते बघण्यात आणि घेण्यात बीझी होते.. इकडे निखिल आणि नीरज आइस गोळा खात बसतात.. जरावेळाने कंपनी ढाब्यावर जेवण करते... काही वेळ सौम्या आणि नीरजची खरेदी होते... निखिल नीरजला एक मोठा बॉल घेऊन देतो... ह्या अनपेक्षित गिफ्टमुळे नीरजला आंनद द्विगुणित होतो...काही तास असेच निघून जातात.. जरा वेळाने निखिल गाडी हिल साईडला नेतो.. तिकडे सूर्यास्ताचे चांगले दृश्य दिसते अशी माहिती एक

गावकरी त्याला देतो... आणि खरोखरच इतकी सुंदर हवा, वर मोकळी जागा, आजूबाजूचे फिरणारे लोक, मुलं, बायका ह्या सनसेटला पाहायला गर्दी होते... तिकडेच घोडा सफारी, बाबागाडी, चाटचे विविध प्रकारांचे स्टॉल, भुट्टेवाले, चक्रावले इत्यादी मजेची साधने पाहून काही वेळ का होईना पण त्यांचे मन शांत होत... निखिल, सौम्या दोघे हि शांत चित्ताने सूर्यास्त एन्जॉय करत असतात... बंगल्यावर घडलेल्या प्रसंगाची आठवण काही क्षण दूर होते ...

सूर्यास्त झाल्यावर गाडी पुन्हा विला पाशी येऊन पोचते... विला रस्त्यापासून अजून दूर आत असल्यामुळे इथे स्ट्रीट लाईट्स देखील ग्रामपंचायती कडून लावलेले नाही.. संपूर्ण परिसर अंधाऱ्या कपारीत गुडूप झाल्यासारखा आहे. हवा गारठलेली आहे.. आजूबाजूच्या झाडीत, पानात सळसळ वारा वाहत आहे.. एक प्रकारच चैतन्य आलं आहे... निखिल गेट मधून आत येतो आणि दारासमोर गाडी पार्क करून आतले लाईट्स स्विच ऑन करतो.. निखिल चावीच्या गुच्छ्यातून दरवाजाचे कुलूप उघडून आत येतो. पाठोपाठ सौम्या आणि तिच्या खांद्यावर नीरज पेंगलेला असे आत येतात.. दुपारी भरपूर खेळल्यामुळे नीरजला हॉल मध्ये सोफ्यावर ठेवून सौम्या रूम मध्ये जाते आणि तिची आजची खरेदी नीट लावून पाहते...

निखिल पण सोफ्यावर नीरजशी काहीतरी बोलत बसला आहे..

बरोब्बर ९ वाजता गोपालदास काका बंगल्यावर येतात... निखिल आणि नीरज दोघे हि साप शिडी खेळत आहेत... गोपालदास काका तडक किचन मध्ये जातो...सौम्या विचारते.. "आजचा बेत काय आहे ?" गोपालदास काका : "मटार उसळ आणि वांग्याचा भरीत अन भाकऱ्या सोबत ठेचा, डाळ , भात .. अन मी कालची खीर आणली आहे मुद्दामहून तुमाला आवडली आणि गोड काहीतरी हव यासाठी.." सौम्या त्याच्याकडे नजर रोखून पाहते.. गोपालदासच्या नजरेत काहीतरी वेगळ जाणवतंय आज... काही वेळ असाच जातो ...सौम्या नुसतीच शून्यात पाहत बसते. इतक्यात बाहेरून नीरजचा आवाज येतो " बाबा चला तुमची टर्न " निखिल रिमोट खाली ठेवून साप शिडी खेळायला लागतो. आणि इकडे सौम्या तिच्या रूम मध्ये जाऊन दार आतून बंद करते ... तिकडे गोपालदास काका कधी गेले ह्याचे भान तिघांना राहत नाही...

जेवण झाल्यावर सगळे जण बाहेर बसून एक मूवी बघतात .... मूवी बघता बघताच नीरज पेंगायला लागतो ... सौम्या त्याला घेऊन रूम मध्ये झोपवते आणि बाहेर येते .. बाहेर सोफ्यावर पडलेला निखिल

तिला उद्देशून विचारते."काय झाल.. आज गप्प गप्प का एव्हडी. सकाळच्या इन्सिडेंन्समुळे तू दुखी आहेस का?" सौम्या : "**Lets not talk about it now please, will you?** मला खूप झोप येतीये, मी जाते झोपायला"आणि सौम्या मागे न वळता रूम मध्ये जाते...निखिलच्या डोक्यात येते कि सौम्या काहीतरी लपवतीये पण खरोखरच तिला बर नसेल आणि बोलायचं नसेल असा विचार करून दुर्लक्ष्य करतो.. आता टीव्हीवर निखिल चॅनेल सर्फ करतोय... चॅनेल चेंज : 'शायनिंग' नावाची इंग्लिश मूवी लागली आहे काही वेळाने परत चॅनेल चेंज : टॉम अँड जेरी कार्टून; चॅनेल चेंज : आता एक सनसनी खेज खुलासा नावाचा कार्यक्रम एका न्युज चॅनेल वर चालू आहे.. निखिल थांबतो.. एका कर्जबाजारी मालकाने त्याच्या परिसरातील कुत्री आणि मांजरींना बळी चढवल्याची बातमी येते. प्राणी प्रेमींच्या सतर्कतेमुळे हा गलिच्छ प्रकार उघडकीस येतो. कॅनॉल रोडला जळालेल्या अवस्थेतील हाडके आणि पिशवीत कोंबलेले जनावर ह्यामुळे परिसरातील लोकांना धक्का बसला. पोलीस कंप्लेंटनुसार त्याला ताबडतोब ताब्यात घेतले. न्यायालयाने त्याला पोलिस कोठडी सुनावली. काही दिवसांनी जेलमधून बाहेर आल्यावर हा इसम गायब झाला .. कित्येक महिन्यानंतर त्याचीच बॉडी त्याच्याच बंगल्याच्या तळघरात आढळली.. मृत्यूचे कारण **severe heart attack** पोलिसांना त्याच्या घरी काही अघोरी प्रकार चालू असल्याचे

पुरावे आढळले. कोणतीतरी अघोरी ताकद मिळविण्याच्या मार्गावर हा इसम होता...चॅनेल चेंज : एक ब्रेकिंग न्यूज : राहत्या घरी एका पतीने त्याच्याच दोन मुले आणि बायकोला भोसकून मारून टाकले आणि गळफास घेऊन आत्महत्या केली.. परिसरात वास आल्याने एकच खळबळ उडाली.. चॅनेल चेंज: म्युसिक शो... चॅनेल चेंज: सास बहू सिरीयल , चॅनेल चेंज : मूवी ... निखिल शेवटी टीव्ही बंद करतो... आणि रूम मध्ये झोपायला जातो ..

आता रात्रीचे २ वाजले आहेत... निखिल सौम्याच्या रूम मध्ये गाढ झोपेत आहेत. एकाएकी एक काळसर आकृती फेऱ्या मारत खाली येते.. आणि हळूच त्या आरश्यावरचा पडदा खाली पडतो... सौम्याच्या कानापाशी कोणीतरी कुजबुज केल्याचा आवाज येतो.. सौम्या उभी राहते. सौम्याच्या समोरच आरसा आहे. पुन्हा सकाळचीच विचित्रपणे हसणारी सौम्या तिला दिसते... पण आता सौम्या घाबरलेली किंवा दचकलेली नाही.. ती बाजूला असलेल्या निखिलला पण उठवत नाही.. सौम्या फक्त तिच्या प्रतिबिंबाकडे पाहत आहे.. एकटक, सतत... जणू काही प्रतिबिंब तिच्याशी एक प्रकारचा बॉण्ड तयार होतोय.. आता सौम्या हळूच आवाज न करता रूमच्या बाहेर पडते. तिला हॉल मधून आवाज येतोय ..

हळू हळू आवाज जिन्यावरून येतोय... सौम्या आवाजाच्या दिशेने जायला लागते आणि वरच्या मजल्यावरील डाव्या खोलीकडे वळते... आवाजाचा स्रोत इथे खूप तीव्र आहे... सौम्या खोलीत जाते. आणि दार बंद होते....बऱ्याच उशिराने सौम्या पुन्हा त्याच भारावलेल्या अवस्थेत खाली येते आणि तिच्या रूमपाशी पोचते...सावकाश दार उघडून निखिल जवळ झोपते ....

इकडे निखिल गाढ झोपेत आहे .. त्याला आज तो पुन्हा जिन्या समोरील पेंटिंग समोर पाहतो... खाली पाणी साचून डावीकडच्या रूम मध्ये जात आहे.. आज त्या रूम चे दार उघडे दिसते.. निखिल वळतो आणि डाव्या रूममध्ये जातो.. रूमचे रूप पालटते आणि समोर निखिलला दिसते एका कोपऱ्यात पाणी जमा होऊन विहीर बनली आहे. आजूबाजूचा परिसर बदलतो.. शेतात काम करणारी मजूर मंडळी दिसतायेत. निखिल पुढे होऊन बघतो तर दिसते एका कोपऱ्यात पाणी जमा होऊन विहीर बनली आहे. खूप खोल... अशा विहिरीतच काही मुले खेळताहेत. त्यापैकी एक जण म्हणतो, "हे बघे नाऱ्या , आता मी कसा सूर मारतो आणि येतो वर ".. तेव्हड्यात नाऱ्या एका मुलाला (निखिल ला) खूण करतो. तो मुलगा त्याला धक्का देतो आणि त्या मुलाचे डोके एका दगडावर जोरात आदळते..

तो मुलगा विहिरीत पडतो.. आणि काही वेळाने तरंगत वर येतो... आता पाण्यात नुसत शरीर तरंगते अन त्यासोबत त्याचे पाण्यात मिसळलेले रक्त.. हे पाहून ढकलणाऱ्या मुलाचा चेहरा कावरा बावरा होतो.. पाण्यात असलेला नारू बाहेर उडी मारून येतो आणि सगळीकडे बोंबलत सुटतो.. "शाम मेला.. निखिल नि त्याला ठार मारला.." निखिल त्या तरंगणाऱ्या शरीराकडे पाहत राहतो. त्याला आता खूप भीती वाटतीये. तिथून पळून जावस वाटतंय. कसतरी वर चढून बाहेर येतो. आणि इतक्यात त्याच्याभोवती लोक जमा व्हायला लागतात. त्याला पकडून ठेवतात. काही वेळाने आणखी काही लोक जमा होतात. काही वेळाने वडीलधारी मंडळी, बायका विहिरीपाशी गोळा होतात आणि शामला विहिरीतून बाहेर खेचून आणतात.. गेलेल्या मुलाचे नातलग येतात आणि निखिलला आता शिव्या द्यायला लागतात.. त्याला थोडी धक्कामुकी होते.. कोवळ्या वयाचा निखिल रडायला लागतो. तेव्हड्यात निखिलची आई आणि आजी पोचतात आणि निखिलला सोडवतात. लोकांचा रोष पाहून आई आणि आजी दयेची भीक मागतात... निखिल अतिशय शरमिंदा होतो आणि रडत रडत सगळ्यांची माफी मागतो. स्वप्न अर्धवट थांबते. हळू हळू एक एक गोष्टी विखरून गायब होतात... निखिलच्या मनातला हा लहानपणीचा प्रसंग अचानक समोर पाहून त्याला धक्का बसतो...

पण अचानक रूममध्ये आणि एक प्रसंग समोर येतो; इथेच आणखी एक प्रसंग उभा राहतोय :- रस्त्याच्या कडेला एक म्हातारी आजी पडलेली आहे. आजीच्या अंगावर बऱ्याच जखमा आहेत...कपडे फाटलेले आहे... आजूबाजूला त्याचे आई बाबा, आणि इतर ४ मंडळी घोळका करून रडत आहेत.. निखिल १५ -१६ वर्षाचा असेल तो एक कोपऱ्यात बसून हुंदके देत आहे.. तेव्हड्यात एक पोलीस गर्दीला हटवून निखिल पाशी येतात.... "बाळा, आजी सोबत तू पन होतास ना?"

निखिल नुसतीच मान हलवतो हो ....

पोलीस : "आजी बाईला त्या कुत्र्याने घेरलं तेव्हा तू काय केलास ? कोणाला बोलावलास का आवाज देऊन" ?

निखिल: (सावकाशीने) "हो कि .. मी लोकांना जमवायला गेलो पण तोपर्यंत आजी वाचली नाही...पोलीस: (खोचकपणे) "तुला दगड, काठी अस काही घावले नाही का त्या कुत्र्याना हाकलायला" ?

निखिल : (सावकाशीने) "नाही.. असत तर आजी आज जिवंत असती" ...

पोलीस : (हसतच "मला वाटलं तूच घाबरलास कुत्र्याला पाहून" .. निखिलच्या खांद्यावर हलकेच थाप मारतो..

पोलीस : "ह्या जखमा तुला कशा झाल्या? काही झटपट झाली का कुत्र्याशी ?" . .

निखिल : "कुत्र्याशी नाही... मी घसरून धडपडलो अंधारात फांदी दिसली नाही " ..

निखिलशी एकटेच बोलत असताना त्याचा बाप येतो आणि पोलिसांना त्याचे स्टेटमेंट घ्यायची विनंती करतो.. आता त्यांना आजीचे पार्थिवाला अंतिम संस्काराला जायचे आहे.. पोलीस म्हणतो " मला तर हा कुत्र्याच्या हल्ल्यातून झालेला मृत्यू दिसतोय " पोरगं कुत्र्याशी लढला असता तर त्याच्या अंगावर पण अशा जखमा झाल्या असत्या." पोलीस एक नजर निखिल वर टाकतात आणि बापाकडे पाहतात... दोघे हि स्तब्ध उभे आहेत... काय बोलावे कळत नाही... पोलीस म्हणतो, "ठीक आहे, तुम्ही स्मशानात जाऊन या मी नंतर स्टेटमेंट घेतो" ... निखिल आता असहायपणे आजीकडे पाहत राहतो.. त्याला त्याच्या चुकीचा खूप पश्चाताप होतो आहे.. स्वतःच्या भित्रेपणाची शरम वाटते. हा प्रसंग हि हळू हळू विखरून जातो.. दृश्य संपते ...हे स्वप्न देखील अर्धवट संपते ....

निखिल देखील भावनिक होतो आणि हाताच्या बाहीने अश्रू पुसतो.. त्याला आता हि सर्वस्वी त्याची जबाबदारी वाटते.. तेव्हड्यात खोलीत लोकांच्या गोंगाटाचा आवाज सुरु होतो.. निखिल आता आणखी एक दृश्य बघतोय .. खोलीची रचना पुन्हा बदलली जातीये.. आता निखिल त्याच्या घराच्या कॉलनीत उभा आहे आणि त्याला गराडा घालून आजूबाजूला त्याचे भाऊ , इतर नातेवाईक आणि काही शेजारची लोकांसमोर निखिलला अफाट आरडा ओरडा होतोय.. शेजारचे लोक जे फक्त तमाशा बघायला आलेले आहेत त्यांच्याकडे निखिल डोळे वर करून पाहू शकत नाही ... "तुला पैसे कमवायची अक्कल नाहीये.. तू असा वागलासच का ? तू इतका बेफिकीर निर्बुद्ध झालास कि सगळेच्या सगळे पैसे तू शेअर बाजारात हारून आलास ?? बापाने दिलेले सगळे पैसे उधळलेस? " "हे बघ माझ्याकडे आता तुला देण्यासाठी काहीही शिल्लक नाही" . "तू आणि तुझा नशीब दोन्ही घेऊन घराबाहेर चालता हो !.... जे उरलेल शिल्लक आहे ते आम्हाला जिवंत ठेवायला शिल्लक असू दे" .. "काहीतरी शरम वाटली पाहिजे तुला ... आता खूप झाला .. आता तुला सांभाळला तर आम्हीच रस्त्यावर येऊ... माझ्या घरातून चालता हो..

"आणि हो माझे पैसे मला परत हवे आहेत तोपर्यंत तुला ह्या घरात जागा नाही.. आणि लक्षात ठेवा ह्याला परत कोणी पैसे दिले तर." निखिल शरमिंदा होऊन तिथून बाहेर पडतोय. त्याला थांबवायला समोर कोणी येत नाही. हा सगळा तमाशा नजरेत साठवून काही न बोलता सहन करत निखिल ती जागा सोडतो. निखिल आता त्याच्या आयुष्यातील सर्वात वाईट क्षण पाहून आतून पुरता भेदरला आहे.. त्याच्या कृतीने त्याने अनेक जणांना दुखावले आहे.. काहींनी जीव गमावला आहे.. ज्याला सर्वस्वी निखिल स्वतःलाच जबाबदार धरतोय... निखिल एका कोपऱ्यात बसून अश्रू ढाळतो... त्याला आता कोणाला तोंड दाखवायची हिम्मत होत नाहीये.. ओठ थरथरतायेत... त्याला स्पष्टीकरण द्यायचे आहे पण आता तोंडातून शब्द फुटत नाहीयेत.. खाली निमूटपणे मान घालून आला तसा परत जातो. स्वप्न संपते..

समोरच्या रूम मध्ये नीरज आजही अस्वस्थ आहे. वेडेवाकडे चेहरे करतोय... त्याला पडलेल्या स्वप्नाचा त्याच्या शरीरावर देखील विपरीत परिणाम होतोय... आज पुन्हा तो तोच झोका पाहतो.. पण आज नीरज सावध झाला आहे... त्याला आतून आईने हाक मारल्याचा आवाज येतो.. नीरज आवाजाच्या दिशेने जातो.. सहज त्याची नजर वरच्या मजल्याकडे जाते..

त्याला एक पेंटिंग दिसते... तो जिना चढून त्या पेंटिंगपाशी थांबतो.. त्या पेंटिंग मधली बाई तिच्याकडच्या सुऱ्याने त्या कोकरूचा गळा निर्दयीपणाचे चिरते... रक्त उडून नीरजच्या चेहऱ्यावर लागते.. नीरज गडबडीत खाली पडतो... हळू हळू त्या पेंटिंग मधील बाई विकृतपणे हसत पेंटिंग मधून बाहेर येते आणि त्याच्या समोर तो रक्ताने माखलेला सुरा धरते... नीरज नको नको म्हणत हात झटकतो आणि पाठीमागे सरकतो आणि कोपऱ्यात जाऊन तोंड लपवतो.. ती बाई हळू हळू नीरजकडेच येत आहे... नीरजकडे पाहून हसते त्याला हाक मारून जवळ बोलावते.. नीरज डोळे घट्ट मिटून घेतो... नीरजच्या छातीत धडधड वाढत आहे. नीरजला आता ह्या पलीकडे काही सहन करायचे नाही... त्याला आता काय होणार हे पाहायचे देखील नाही... नीरज बराच वेळ अशाच अवघडलेल्या अवस्थेत बसतो... थोड्या वेळाने हळूच सावकाश डोळे उघडतो... कोपऱ्यातून एक डोळा तिरळा करत हळूच त्या पेंटिंगकडे नजर फिरवतो.. तर पेंटिंगमधून रक्ताचे थेंब खाली सांडत असतात... एक पाठमोरी बाई एक एक करून त्या कोकरांना विहिरीमध्ये ढकलून मारत असते... नीरज आता श्वास घ्यायला सुद्धा घाबरत आहे... नीरज त्या बाईचे लक्ष आपल्याकडे जाणार नाही असे पाहून पळायचा प्रयत्न करतो .... एक एक पाऊल टाकत जमेल त्या वेगाने नीरज खाली येतो.

नीरज खाली सुखरूप पोचतो; आता त्याची नजर त्याच्या शर्टवर जाते तर त्या बाईचे रक्ताळलेले हाताचे डाग शर्टभर असतात... नीरज एक मोठी किंकाळी फोडून स्वप्नातून बाहेर येतो... नीरज पूर्ण घामा घूम झाला आहे... नीरजची त्याचा शर्ट पाहायची हिम्मत होत नाही... नीरजचे डोळे सत्ताड उघडे आहेत.. त्याला आता कोणतेच स्वप्न बघायचे नाही... आता झोप पूर्ण उडालेली आहे. शरीराला कंप सुटला आहे. नीरज स्वतःला शांत करण्याचा प्रयत्न करतोय. इतक्यात मंद मंद पावलांचा आवाज होतो आणि नीरज बघतो कि समोरच्या रूमचा दरवाजा उघडतो... नीरज झटकन डोक्यावरून पांघरून ओढतो... नीरज वरून आणि खालून पूर्ण ओला चिंब आहे... नीरज सकाळ व्हायची वाट पाहायला लागतो .

... माणसाची कल्पना शक्ती अफाट आहे .. त्याला एका भीतीची छोटी कल्पना दिली तर तो त्याचे त्याच्या अनुभवातून , कुवतीनुसार वेगळे वेगळे अर्थ काढून अधिक अधिक फुगवत जातो .. मग पुढे असत्य, असंभव गोष्टी ह्या देखील केवळ भ्रम , भास म्हणून राहत नाही ... असे म्हणतात कि कोणतीही खोटी, असंभव वाटणारी गोष्ट जर एका विशिष्ट तीव्रतेच्या बळाने सत्य / रिऍलिटी म्हणून सतत भासवली तर

मानवी स्वभावानुसार तो ती खोटी, असंभव वाटणारी, चुकीच्या गोष्टीवर पण विश्वास ठेवतो.. अगदी मरे पर्यंत.. कदाचित त्यानंतर हि.... पुरातन काळापासूनच मानवाची ह्या "भीती " च्या संकल्पनेपासून आजतागायत सुटका झाली नाही.. भीतीच्या कल्पना काळानुसार बदलल्या... माणसाच्या ह्याच कमजोरीचा फायदा ज्या वाईट शक्तींना घेता आला त्या प्रदीर्घ काळ मानवाच्या भित्र्या काळजावर पोसत वाढल्या... किंबहुना त्यांना पुरती शक्तीच मिळाली... एका पॅरासाईट प्रमाणे अशा वाईट शक्तीचे प्रकार बदलले ... पण अशा वाईट शक्तीला माणसाच्या मनाचे अचूक दुखरी नस सापडली त्या शक्तीने माणसाच्या आत्म्यावर देखील अधिराज्य गाजवले. त्याच्या पाशवी ताब्यामध्ये ठेवले.. अशाच पाशवी शक्ती दीर्घ काळ कित्येक शतके अदृश्य रूपात ह्या भीतीचा सतत शोध घेत आहेत ...

चौथा दिवस :

The Reveal

आजची सकाळ काही नवी नाही.. गोपालदास काका ठरल्याप्रमाणे नाश्त्याचा डबा घेऊन येतात निघूनही जातात.. आज नाश्त्याला आणलेला शिरा वेगळ्याच चवीचा आहे... कोणी बोलण्याच्या मनस्थितीत नाही ... तिघे हि निमूटपणे खातात. नीरज नुसत्याच भरलेल्या प्लेट कडे बघत आहे.. सौम्या नीरजला भरवून गपचूप स्वतःचे खाणे संपवते.. निखिल काही बोलण्याच्या विशेष मूड मध्ये नाही ...

नीरज सौम्याला विचारतो : "आई मी आज तुमच्याकडे झोपायला येऊ ... मला तिथे फार भयानक स्वप्न पडत .. "

सौम्या : "नीरज ते फक्त स्वप्न असता बाळा . त्याचा आपल्यावर काही परिणाम होत नसतो ... तू स्ट्राँग आहेस ना.. तू दुर्लक्ष कर बर... जा आता संपला शिरा .. बाहेर जाऊन खेळात बैस " ...

नीरज आज्ञाधारकपणे उठून बाहेरच्या अंगणात बॉलशी खेळायला जातो ...

निखिल :"काय ग काय झालं त्याला .. असा अचानक एव्हडा सिरीयस का झालाय ??"

सौम्या कप धुवतच पाठमोरी उभे राहत सांगते, "एकट राहायची सवय नाहीये त्याला त्यामुळे होत असेल... nothing serious.. आज माझ्या जवळ झोपवते त्याला" .

सौम्या हात पुसत निखिल जवळ बसते : "बर मला एक सांगायचंय तुला ... विश्वास ठेवणार का तू माझ्यावर ?"

निखिल :"काय" ???

सौम्या :"मला 'कल्पना' दिसतीये.. कालही दिसली. मी जागीच होते .. आणि तिने मला ह्या आरशातून हाक मारून बोलावले .. मी म्हणाले होते कि मला आरश्यात काहीतरी खटकतंय ... माझ्या बहिणीला मला काहीतरी सांगायचंय ...आरश्यामधून ती बोलायचा प्रयत्न करतीये".

निखिल : "C'mon सौम्या ! तुला काहीतरी भास झाला आहे नक्कीच .. कदाचित तुला तिची आठवण आली असेल . बस .. इतकाच .. नाहीतर मला का नाही दिसत ती?"

सौम्या : "ते माहिती नाही, अरे पण तिने मला अशा काही गोष्टी सांगितल्या ज्या फक्त आम्हाला दोघांनाच माहिती होत्या... तिची काही अधुरी इच्छा आहे असा सांगतीये मला"...

निखिल : (हसत) "वा ... खूप movies बघायला लागलीस का ग तू ??? हे असला काही नसत वेडे.."

सौम्या : "निखिल अरे प्लीज मी खुळी नाही मी खरंच सांगते आहे... त्या ... त्या वरच्या मजल्यावर डावीकडे काहीतरी दाखवायचा म्हणते... सतत मला तिथून कसले तरी आवाज येत असतात ... खुणावत असतात" ..

निखिल आता सावध होतो .. "काहीतरीच काय .. ती खोली बंद आहे ... आपल्याकरता नाही ती .. आपल्याकडे तर चावी हि नाही त्याची" ....

सौम्या: "अरे कदाचित मला ती बोलावत असेल ... आरशातून खूण करून" ..

निखिल :"हे काहीतरी भलताच आहे सौम्या ... आपण इकडे का आलोय .. आराम करायला ना .. तू इतका विचार करू नकोस ... आरश्यात काही नाहीये".

सौम्या: “मग मला एकटीलाच का ती दिसतीये.. नाही काहीतरी खरंच आहे” ..

निखिल :“आपण एक काम करू.. आज जर तुला ती दिसली तर मला हाक मार .. आपण आज त्याचा सोक्ष मोक्ष लावूच यात ..” असे म्हणून निखिल संवाद संपवायच्या दृष्टीने उठून निघून जातो ..सौम्या प्रश्नार्थक चेहऱ्याने निखिल कडे पाहते ...

दुपारी १ वाजता गोपालदास काका जेवण घेऊन आले. आज पुन्हा तीच खीर जेवणात होती .. पण का कुणास ठाऊक प्रत्येकाने ती खीर भर पेट घेतली ..

जरा वेळ नीरज एकटाच त्याच्या मोठ्या बॉलबरोबर मागच्या अंगणात खेळत वेळ काढला.. पण त्याचा बॉल झाडात अडकून पडल्यामुळे हिरमुसतच तो आत आला... सोफ्यावर निखिल टीव्ही लावून बसला होता, तिकडे त्याच्या जवळ जाऊन बसला... काही वेळाने निखिल नीरजला घेऊन गार्डन मध्ये खेळायला घेऊन गेला. आतमध्ये सौम्या तिची खरेदी नीट लावत होती बाहेर नीरज आणि निखिल झोक्यावर खेळत होते ..

नीरज : “बाबा एकदम सोडणार नाही ना.. मी पडलो तर लागेल मला” ..

निखिल : "मी असताना सोडेन का तुला असा...तुला पाहिजे तितका वेळ आपण झोका खेळू.' आणि दोघे झोका खेळायला लागले.

हळू हळू नीरज comfortable होत होता.. त्याच्या चेहऱ्यावर एक छानशी smile आली.. आता त्याची खात्री पटायला लागली कि किती हि मोठा झोका दिला तरी पाठीमागे बाबा असणार आहेत.. जरा वेळाने झोका आणखी मोठा झाला.. पाठीमागे बाबांचा हूS...हूS... असा आवाज येत होता.. नीरजच्या कानात हवा जात होती. आता खरा तो खुलला होता...खाली निखिलचे लक्ष विचलित होऊन अचानक विहिरीकडे जाते.. तिथे एक मुलगा अचानक पाण्यात उडी मारताना दिसतो.. निखिल त्या दिशेने बघत राहतो.. नीरज त्याच्या खेळात रंगत आला होता. झोका घेऊन खाली आल्यावर आताच्या खेपेस पाठीमागून बाबाचा हात नाही हे जाणवून नीरजच्या लक्षात येते कि पाठीमागे बाबा नाहीत.. नीरज डोळे मिटून हात दोऱ्याला घट्ट धरतो.. झोक्याचा वेग कमी कमी होतो आणि वेडा-वाकडा कसातरी झोका जमिनीवर थांबतो... नीरज हळूच डोळे उघडतो आणि पाहतो कि बाबा पुढे एकटेच चालले आहेत .. जस काही कोणाला तरी बोलवायला .. नीरज धावत जाऊन बाबांना गाठतो...

त्यांचा हात धरून नीरज विचारतो "बाबा कुठे चाललाय? तिकडे कोणी नाहीये.. परत चला घरी..." नीरजचा कावरा बावरा चेहरा बघून निखिल भानावर येतो आणि नीरजचा हात पकडून निखिल बंगल्याकडे येतो. आज निखिलला बंगल्यात घुसमटल्या सारखे होतंय. कालचा स्वप्न आणि आज पुन्हा विहिरीचा धक्कादायक अनुभव घेऊन निखिल थोडा वैतागलंय... बाहेर फिरून आल्यावर जरा फ्रेश वाटेल म्हणून निखिल विचारतो "आज बाहेर जायच का? सौम्या म्हणते "तुम्ही दोघे हवं तर फेर फटका मारा ... मला जरा वाचत बसायचं आहे" निखिल 'ओके' म्हणतो काही वेळाने निखिल आणि नीरज बाहेर हिंडायला जातात. आता सौम्या घरामध्ये एकटीच आहे.. सौम्या तिच्या रूम मध्ये बेड वर पुस्तक वाचत बसते.. बेड समोरच अर्धाकृती आरसा आहे.. सहज सौम्याची नजर आरशावर जाते. पुस्तकातून लक्ष विचलित होऊन समोर असलेल्या आरशावर तिचे लक्ष केंद्रित होते.. पुढे होऊन सौम्या आरशावर पडदा टाकणारच तेव्हड्यात आरश्यात सौम्याला तिच्यामागे पुन्हा तीच काळसर आकृती जमा झालेली दिसते. सौम्या अर्धवट तोंड उघडून किंकाळी फोडते... आता सौम्याची नजर पाठीमागे बघायला धजत नाही...हृदयाचे ठोके जोर जोरात वाजतात.. सौम्या जागच्या जागी गोठलीये... जणू काही आता हा क्षण तिच्यासाठी थांबलेला असा

भासतोय.. आरश्यातील प्रतिमा सौम्याकडे पाहून विक्षिप्त हालचाल करतेय.. तिच्या विकृत चेहऱ्यावर भयानक हास्य गोळा झाले आहे.. हळू हळू ती काळसर आकृती सौम्या भोवती गोळा होते.. सौम्याला ओरडण्याची किंवा तिथून हालचालींची पण भीती वाटते.. सौम्याला दरदरून घाम फुटतो.. सौम्या फक्त डोळे घट्ट मिटून घेते.. मनात आतल्या आत एक कोपरा शोधून तिथे लपा्यला पाहते... जणू समोर दिसतेय ते ही एक वाईट स्वप्नच आहे.. आपण काही नाही केले तर ते आपोआप संपून जाईल अशा भीतीने सौम्या स्तब्ध होते. आणि आरश्यातल्या प्रतिमेने आता सौम्यावर त्याच्या काळसर छायेने कब्जा घेतला आहे.

...काही वेळाने निखिल आणि नीरज बाहेरून येतात.. वाटेत घेतलेले आइसक्रीम आणि नीरजला डोक्यावर बसवून निखिल घराच दार उघडतो.. निखिल आत शिरतो.. नीरज बॉल खेळण्याच्या नादात त्याच्या रूम मध्ये जातो... इकडे सौम्या एकटीच आरश्यासमोर बसून स्वतःशी बोलत आहे.. एकदम हसत आहे.. जस काही कोणाशी तरी हितगुज चालू आहे असे तिचे हावभाव चालू आहेत.. निखिल आल्यावर एकदम सावध होऊन निखिलची विचारपूस करते, “आलात का बाहेरून?? आवडला का नीरजला आइसक्रीम ?” निखिल चमकतो.. शर्ट अडकवून मागे पाहतो आणि म्हणतो “हो ..” निखिलला त्याच्या

बायकोच्या वागण्यातील पोकळपणा जाणवतो.. पण ती आता खुश दिसते आहे कसल्याही चिंतेत नाही यामुळे तो विषय सोडून देतो .. आणि बाहेर हॉल मध्ये येतो.

काही वेळाने गोपालदास रात्रीचा डबा घेऊन निखिलकडे देतो.. निखिलकडे चमत्कारिकपणे हसून गोपाळदास निघून जातात.. निखिलला त्याचे काही विचित्र वाटत्ते पण त्याला सौम्याचे जास्त आश्चर्य वाटते. सौम्या खूप शांत बसलेली आहे.. तिच्या चेहऱ्यावर एक प्रकारचे हास्य आले आहे. निखिलने तिचा असा चेहरा कधी पहिला नव्हता. विचार करतच निखिल मुद्दामहुन किचनमध्ये जातो.. तिघांची ताटे घेऊन येतो.. तिघे निमूटपणे जेवण करतात. सौम्या आपल्याच तंद्रीत मग्न आहे.. आज जेवताना एका शब्दाने निखिलशी बोलत नाहीये हरवल्यासारखी दिसत होती. नीरजच्याही ही गोष्ट लक्षात येते.. पण तो काही बोलत नाही. जेवण झाल्यावर सौम्या काहीही न बोलता सरळ उठून सोफ्यावर बसते आणि टीव्ही चालू करते...निखिलला तिच्या अशा तुटक वागण्याची शंका येते.. तो आणि नीरज इथून गेल्यावर आणि बाहेरून आल्यावर सौम्याच्या वागण्यात बदल झाला होता... एक खयाल येऊन निखिल

वरच्या रूम्स उघडायला निघतो.. निखिल चावी घेतो आणि जिन्याच्या दिशेने जातो.. तेव्हड्यात खालून सौम्यावर बघून म्हणते.. "कुठे चालला आहेस निखिल" ? सौम्याच्या आवाजात एक जरब आहे... "अग ह्या वरच्या खोलीच्या चाव्या.. बघतो जरा लावून" सौम्या: "जास्त उशीर करू नकोस .. झोपायच आहे तुला आज लवकर !" निखिल ला काहीतरी विचित्र वाटते .. पण आता त्याला जाऊन यायचेच आहे, त्यामुळे तो काही न बोलता सरळ वरचा मजला गाठतो.. कॉरिडॉर मध्ये लेफ्ट आणि राईट साईडला दोन मोठ्या रूम्स आहेत.. निखिल आधी ते पेंटिंग बारकाव्याने बघायला लागतो.. त्याला पेंटिंग मध्ये कुठेच तो सुरा आढळून येत नाही...निखिल डावीकडे वळतो .. तिथले लाईट्स बंद आहेत.. निखिल कसे बसे दार उघडून आत लाईट पॅनलचे बटन शोधतो. "ठाक" असा आवाज होऊन खोलीचे दार बंद होते...खोलीत अंधार आहे. मग हळू हळू निखिलच्या कानावर भांडणाचे , तिटकाऱ्याचे, आरडाओरड्याचे विचित्र आवाज येतात.. निखिल पुढे होतो.. त्याला कुत्र्याच्या भुंकण्याचा आवाज येतो. (जेवणातून दिलेल्या पदार्थाचा परिणाम व्हायला सुरुवात झालीये)

निखिलला त्याचे स्वप्न आठवू लागते.. आणि लहानपणीचा तो भयानक प्रसंग स्पष्टपणे डोळ्यासमोर येतो...निखिल लहान असताना ४-५ कुत्री त्याच्या मागावर येऊन त्याला घायाळ करतात.. तेव्हड्यात त्याची आजी त्या रस्त्याने जाताना त्याला बघते आणि जोरात शीळ घालून त्या कुत्र्यांना हाकलण्याचा प्रयत्न करते.. ती कुत्री निखिलला सोडून आजीच्या समोर घेराव घालून फिरतात. आजी ओरडून निखिलला सांगते.. "पोरा काठी शोध आन हाणायला सुरुवात कर एकेकाला. मी पण दगड गोळा करते" . आजी आता कुत्र्यांच्या घोळक्याला हाताने दूर करत तोंडाने ओरडत हाकलण्याचा प्रयत्न करतेय. तेव्हड्यात एक कुत्रा पाठीमागून येऊन तिला चावतो, "आ आई! "हाड मेल्या"
आजी विव्हळून ओरडते.. एक कुत्रा उडी मारून आजीचा लचका तोडायला पाहतो.. आजी खाली पडते.. एक एक करून सगळी कुत्री आजीवर तुटून पडतात. आजी निखिलला हाक मारत असते पण आधीच बिथरलेला निखिल कुत्र्यांचे हे भयानक रूप पाहून तसाच थबकतो. त्याची छातीच होत नाही त्या कुत्रांना अंगावर घ्यायची आणि मागच्या मागे पळायला लागतो... लोकांना बोलवायला जातो.. पण दुर्दैवाने निखिल येईपर्यंत कुत्र्यांनी हल्ला करून आजीला पूर्ण रक्तबंबाळ करतात...आणि त्यातच म्हातारीचा जीव जातो.

हे सर्व आठवून निखिल च्या अंगावर शहारा येतो ..

"मुडदा बशीवला तुझा, मेल्या .." निखिल चमकून पाहतो पुन्हा आवाज येतो "का रे मेल्या, तू मला त्या रानटी जनावरां मध्ये एकटीला सोडल्यास रे.. तरूणा सारखा तरुण तू आन घाबरून पळू गेलास का रे ??" पळपुट्या कुठचा.. " निखिल अजून घाबरतो.. आणि निखिल पळायला लागतो.. आजी त्याचा हात धरून ठेवते आणि म्हणते " पळतोयस कुठे भित्र्या, आज मी तुला चांगला धडा शिकवणार आहे. बघ, बाहेर मी कुत्र्यांना सोडून ठेवलाय तुझ्यासाठी.. लै भुकेली आहेत ती.." निखिल "मला माफ कर आजे ... त्या वेळी मला काहीही सुचल नाही. इतका रानटी पणे ती कुत्री आली आणि माझ्या तोंडाला फेस आला. मला सोड आजे .." "का सोडू रे तुला?? तुझ्या पाई मी जीव दिला; तुझ्यापाई त्या नाम्याचा पण विहिरीत बुडून मेला त्यो.. तुझ्यामुळे तुझ्या बापूसास छातीत कळ आली. सगळ्यांचा वाट्टोळं वाट्टोळं केला तू.. शरम नाही वाटत तुला" .. निखिल एकदम भावुक होतो.. नजरेला नजर देऊ शकत नाही. त्याला त्याच्या कृत्याची लाज वाटते आणि स्वतःची कीव ही येते.. निखिल कोपऱ्यात कुठे बसून राहता येईल का ते पाहतो.. अंधारात त्याला फारसं कळत नाही.. पण दार उघडत नसल्यामुळे तो

एका कोपऱ्यात जाऊन बसतो पुढे बराच वेळ कुत्र्यांचे आरडणे ओरडणे सुरूच असते.. निखिल सौम्याला बोलवायचा प्रयत्न करतो पण बाहेरच्या कुत्र्यांनी सौम्याला काही करू नये याकरिता तो प्रयत्न सोडून देतो.जरा वेळाने आवाज कमी कमी होतात म्हणून निखिल दार उघडायला जातो आणि हात लावताच अचानक त्याला झटका बसून तो कोपऱ्यात आदळतो आणि बेशुद्ध पडतो... काही काळाने निखिलला जाग येते.. निखिल आजूबाजूला पाहतो तर तो एकटाच जमिनीवर पडलेला असतो.. समोर जिना असतो.. आजू- बाजूला डोकावून बघतो .. एक एक पाऊल टाकत हॉलमध्ये येतो.. घड्याळात सकाळचे ४:४५ वाजलेले असतात. निखिलची झोप पार उडालेली आहे. निखिलची आता मनोमन खात्री पटलेली असते कि ह्या घरात काहीतरी गडबड आहे.. तो सकाळीच सौम्याशी बोलून इथून जायचा तयारीला लागतो...तो खोलीत येरझऱ्या घालतो.. मगाशी जे झाला तो भास होता कि खरंच ते आवाज येत होते आणि आजी दिसली ते खरंच कि आणखी काय.. कारण वरच्या रूमला जाताना तो शुद्धीत होता... कशाच्या तरी झटक्याने त्याची शुद्ध हरपली... पण मनाला हे कारण पटण्यासारखे नव्हते.. मनाने एक वेगळीच अनुभूती घेतलेली होती...त्याला सत्य समजायचं का वेड लागण्याचे हे खेळ असा विचार निखिल करत काही वेळ जातो.. परिस्थिती फार विचित्र होती...

सांगून पटण्यासारखी खासच नव्हती .. पण तेव्हड्यात त्याला सौम्याचा किस्सा आठवतो. तिलाही तिची गेलेली जुळी बहीण आरश्यात दिसली होती ... कदाचित नीरजला पण असाच काहीतरी विलक्षण अनुभव आला असणार पण तो इतका लहान आहे कि त्याच्या आकलनापलीकडे होत हे सार ..नाही आता इथून पळायलाच हवं ..

सकाळचे ८ वाजतात. ९ वाजतात...९:३० होतात तरी देखील सौम्या आणि नीरज शेजारी दोघे गाढ झोपले आहेत.. निखिल आता न राहवून त्या दोघांना उठवायला जातो.. कसे तरी दोघे उठतात.. "किती वेळ झोपलीस तू? सौम्या तुला एक अतिशय महत्वाचं सांगायचं आहे.. आपण इथे सुरक्षित नाही आहोत.. आपल्याला नीरजला घेऊन ताबडतोब हा बंगला सोडायला हवा "

सौम्या निखिल वर कटाक्ष टाकते आणि म्हणते "कुठे होतास तू काल रात्रभर ?"

निखिल "सौम्या, अग मी काल रात्रभर वरच्या खोलीत अडकून बसलेलो होतो .." मला फार विचित्र भास झाला काल.. ही वास्तू चांगली नाहीये .. आल्या दिवसापासून

आपल्याला काही ना काही त्रास होतोय बघ.. चल बॅग भरुया आणि जाऊया इथून .. नीरज ला उठव लवकर, अस म्हणून निखिल उठतो आणि तेव्हड्यात पाठीमागून आवाज येतो "आये पळपुट्या, अजून किती ठिकाणी पळशील.. माझ्या तावडीतून तुला असा थोडीच जाऊ देईन ते .." निखिल ह्या आवाजाने हादरतो.. अन हळूच वळून बघतो. जरा वेळेपूर्वीची सौम्या पार बदलली होती.. तिची जागा आता एका वेगळ्याच शक्तीने घेतली होती... काय ते विखुरलेले केस, काय ते विचित्र हास्य, काय ते मोठे डोळे.. सौम्याची पुसटशी खूण ही आता त्याला दिसेनाशी झाली... घाबरून निखिल विचारतो "कोण आहे ते" आणि त्याची नजर आरशावर जाते... आरश्यात एक भयानक आकृती एका राक्षसा सारखी घोंगावत असते.. सौम्याची जागी आता तो गर्द काळसर राक्षसाने जागा घेतलेली असते.. निखिल झटक्यात त्या आरशावर पडदा टाकतो.. पण सौम्या नुसतीच हसत बसते... "अरे खुळ्या, मी सौम्याची जागा घेतली आहे.. तुला काय वाटले मी फक्त आरश्यात आहे.. अरे बघ डोळे उघडून मी ह्या घराच्या प्रत्येक गोष्टीत आहे... सौम्याला तू केव्हाच गमावलास ती आता माझीच गुलाम झाली आहे... आणि तू आता मी सांगेन तसाच वागायचास .. नाहीतर तू आणि तुझा मुलगा दोघेही संपून जाल .." निखिलला नीरज कडे बघून

कुठनंस धैर्य येते आणि तो धावत जाऊन आधी नीरज ला घेऊन बाहेर येतो... आणि रूमला बाहेरून ओढून घेतो.

नीरज कसतरी अस्पष्टपणे "नाही जायचा तुझ्याकडे" असं म्हणत निखिल ला दूर ढकलायचा प्रयत्न करतो. निखिल ला समजतच नाहीये कि दोघांना नीरज आणि सौम्याला नक्की काय बाधा झालीये ते. दोघे हि फारविचित्रपणे त्याच्याशी वागतायेत. दोघांना नक्की काय झालय ह्याचा उलगडा होत नाहीये. सौम्या निखिलकडे तुच्छतेने पाहत आहे.. तरीही समजावण्याच्या उद्देशाने निखिल नीरज ला म्हणतो : " अरे बाळा नको असा बोलूस .. हे बघ आपण इथून ताबडतोब निघायला हवं आता ... थांब मी गाडीची चावी आणतो .." असे म्हणून निखिल हॉल मध्ये चावी घेतो आणि हॉलचा दरवाजा उघडायचा प्रयत्न करतो पण निष्फळ ठरतो.. कोणीतरी बाहेरून कडी लावली असते... दार घट्ट मिटून घेतला असते.. निखिल मग खिडक्या, किचन, बॅक रूम सर्व पाहून येतो... पण दुर्दैवाने सगळ्या खिडक्या लोखंडी गजांनी भक्कम आहेत.. सगळं करून बघतो पण कोणताही दार व खिडकी उघडत नाही.. थकून भागून निखिल सोफ्यावर जाऊन बसतो .. काही वेळाने सौम्या नीरजला खांद्यावर घेऊन येते...

"अहो , जेवणाची वेळ झाली, अजून कसे नाही आले गोपाळदास काका ??"

तेव्हड्यात दारातुन गोपाळदास प्रवेश करतात...निखिल विचारतो "तुम्ही आत कसे आलात?

गोपाळदास : "काय निखिलराव.. काल झोप नीट झाली नाही का व?? बाई साहेब पहा कशा एकदम फ्रेश दिसत आहेत.. तुम्ही पण बाई साहेबांच ऐकून घ्या.. आणि जास्त तडफड करू नका, नाहीतर दमून जाल" . (कुत्सितपणे हसतो)

निखिलच्या डोक्यात मुंग्या उठतात.. त्याला ह्या दोघांचा सौम्या आणि गोपाळदासचा बदललेला स्वर काही पचनी पडत नाही..

निखिल: "काय चाललंय इथे ?? तू कोण आहेस म्हाताऱ्या?? आणि हे कसले डबे आणत असतोस तू? काहीतरी वंगाळ कालविला असणार आहेस तू ह्यात... तरीच माझी सौम्या अस काहीतरी बरळतीये ...

गोपालदास: "वा... लैच हुशार दिसतोय तुमचा नवरा... बऱ्या बोलाने हे जे दिल आहे ते गिळ.. मी सांच्याला येतोच आहे डबा घेऊन ."

सौम्या आतून येते आणि नीरजला कडेकर घेऊन किचन मध्ये येते... तिच्या एका हातात नीरज आणि दुसऱ्या हातात तोच धारधार सुरा आहे ... नीरजकडे पॉईंट करते आणि निखिलला वाढायला लावते ... सौम्या : " Wow मला जाम भूक लागली आहे .. अरे, घे ना...तुझ झाल्यावर मग मी आणि नीरज बसणार जेवायला.. काय नीरजा ..." निखिल : सौम्या काय झालय तुला.. आणि नीरज असा गप्प का आहे .. काय केलाय तुम्ही त्याला ...सौम्या: "काहीच नाही .. तो खूप रडत होता ना म्हणून त्याला गप्प बसवलाय .. आता तो रडणार नाही काही" .. सौम्या नीरजचा चंबू करते आणि त्याचे पुढचे दोन दात उपटले दिसतात. "अगदी शहाण्यासारखा वागणार आपल्याशी.. काय रे ?." .

नीरज अवघडत बोबडी वळत असल्याप्रमाणे तुटक तुटक उत्तर देतो.. निखिलच्या मनाचा थरकाप उडतो. त्याला सौम्याचा हा रानटीपणा खपत नाही ... त्याला आता नीरजला सौम्याच्या कडेवर बसलेला पाहून आणखी भीतीच वाटत आहे...सौम्या निखिल ला खायची जबरदस्ती करते.. निखिल नाखुशीनेच एक एक घास घेतो... बिचारा नीरज दात तुटल्यामुळे रडताही येत नाही.. आणि सौम्या त्याला जबरदस्तीने भरावतीये...निखिलचे डोळे पाणावतात ... कसबस जेवण झटपट संपवून निखिल

पुन्हा टेबलपाशी येतो.. सौम्या मग नीरजला खाऊ घालायला त्याचे तोंड उघडते.. "आ कर बरं.." निखिल: "सौम्या, अग नीरजच्या दाताला काय झालय.. बघ किती दुखतंय त्याला.. तू का करते आहेस. तुला काय हवाय त्याला कशाला त्रास देतेस ??" सौम्या : गप्प रे...(नीरज कडे पाहून) मला चावायचा प्रयत्न करत होता हा लब्बाड. फार आगाऊ झाला आहे हा..." सौम्या नीरजच्या डोक्याला हात लावते... निखिल नीरजकडे पाहत राहतो. त्याला मनातून अतिशय खेद झालेला आहे... पण तो आता काही करू शकत नाहीये. जेवण झाल्यावर सौम्या म्हणते: "बाबा ला आता टाटा कर.. आता बाबा वरती जाणार आहे. त्याची बरेचजण वाट पाहत आहेत.." एक विकृत हास्य करून सौम्या निखिलकडे पाहते आणि तिच्याकडचा धारधार सुरा नीरजच्या गळ्याला लावते. आणि निखिलला वर जायची खूण करते. निखिलचा पारा चढतो...त्याला आता सौम्याचा राग यायला लागलाय पण नीरजकडे पाहून तो थांबतो...राग आवरून निखिल कसातरी वर पोचतो.. निखिल आता लेफ्ट साईड रूम मध्ये शिरतो.. तो आत शिरताच बाहेरून दार लॉक होते.. खोली आता अंधारात आहे .. मागून हळू हळू निखिलला आवाज येत आहेत ... खोलीत प्रकाश दिसू लागला आहे ..

एक एक करत आजी, बाप, भाऊ, लहान पणीचे मित्र, शेअर बाजारातील त्याचे वैरी आणि खाली कुत्री असे निखिल भोवती घेरून येतात. आता निखिल वर चहू बाजूंनी सर्व दूषणे दिली जात आहेत .. आधी आजी, मग बाप, भाऊ, मधेच भुंकणारी कुत्री एक बाजूने निखिलचा लहानपणीच मित्र , निखिल ला शिव्या देणारे लोक, दुसरी कडे शेअर बाजारातले ते ब्रोकर ज्यांचे पैसे निखिलने बुडवले... असे सर्व जण विविध बाजूंनी त्याला घेरून नुसता गोंगाट करीत आहेत.. मधूनच कुत्रे त्याचा चावा घेत आहेत .. काही जण त्याला ओढून एका बाजूला नेऊन मारहाण करत आहेत ... त्याला सर्व प्रकारे उद्युक्त केला जातंय.. त्याचा भडका उडण्यासाठी... निखिलचा पारा आता वर चढत जात आहे. नुसत्या कलकलाटाने निखिलला जीव नकोस झाला आहे...कुत्र्यांना हाकलून हाकलून निखिल वैतागलाय.. काही लोक धक्का बुक्की वर उतरलेत... निखिलचे सर्वात वाईट प्रसंग एकदम उभे राहिल्याने निखिलला समजेनासे झाले आहे ..कोणाला आवरू... इथून कसा निसटू ? हे प्रत्यक्षात चालू आहे का मलाही भास होतोय .. एव्हढ्यात एक कुत्रा निखिलचा कडकडीत चावा घेतो.. कळ लागल्याप्रमाणे निखिल ओरडतो.

त्याचा फायदा घेत काही जण निखिलला मारायला सुरुवात करतात...निखिल असहायपणे मार खात आहे ..त्याला बचाव करता येत नाहीये .. कुत्रा कधी हाताला, कधी शर्ट ओढून तर कोणी डोक्यावर हाणून नुसता जेरीस आणलाय निखिलला... आता बास! ‘मला ह्या सगळ्याचा नायनाट करायलाच हवं ..आणखी काही वेळ सहन केला तर मी संपूनच जाईन’ ... असा विचार करतच निखिल अचानक उठून उभा राहतो ... हात, पाय मारून कधी कुत्र्याला, कधी माणसाला लाथा बुक्क्या हाणू लागतो.. त्याच्या अशा वागण्याने लोकांना आणि भटक्या कुत्र्यांना आणखी चेव येतो आणि ते निखिलवर तुटून पडतात... निखिलला आता मदतीची गरज आहे... तो इकडे तिकडे पाहतो ... कोणीच मदतीला येत नाहीये ... हवेत एक काळपट अशी आकृती फिरू लागलीये .. ज्यामुळे खोलीत धूर पसरलाय ... पण निखिलवर अजून ही हल्ला होत आहेच .. त्याला कुठून कोण मारतय याचा पत्ताच लागत नाहीये .. एव्हड्यातच त्याच्या हातात एक चाकू येतो .....निखिलच्या रागाला एक प्रवाह फुटतो.. त्याला ह्याच हत्यारांची गरज होती. आणि मग रागाच्या भरात निखिल सपासप वार करायला लागतो.. जो पुढे येईल मध्ये त्याला काप, कधी कुत्र्याला घाबराव, कधी कोणाला..

निखिलला आता कुणाचीच पर्वा राहिली नाही... एकदा का सगळ्यांना मारला कि झाला...अशाच जोशात वार होतच राहतात.. आणि काही वेळाने एक एक करत सर्व आकृत्या गायब व्हायला लागतात.. काळसर धूर बाजूला होतो... निखिलच्या सुऱ्याला रक्त लागलेले आहे...आणि निखिल भानावर येऊन खाली पाहतो आणि त्याचा डोळ्यावर विश्वास बसत नाही...खाली सौम्या आणि नीरज रक्ताच्या थारोळ्यात पडलेले आहेत. आणि निखिलच्या हातून सुरा खाली पडतो निखिल अविश्वासाने तोंडाला हात लावतो..आणि खाली कोसळतो. 'नाही हा पण माझा भासच आहे' निखिल त्यांना जाग करण्याचा, उठवण्याचा प्रयत्न करतो. त्याला काही वेळ कळतच नाही कि हे अस घडल कुणामुळे? जमिनीवर सौम्या आणि नीरजची मृत शरीर निस्तेज पडली आहेत... निखिल धावत जाऊन दोघांना उठवण्याचा प्रयत्न करतो. पण काही उपयोग नाही... निखिलने त्याच्या याच हातून त्याचा संसार उध्वस्त केला आहे. निखिल कावरा बावरा होऊन जातो.

बऱ्याच वेळाने निखिल दोघांना काळजीपूर्वक घेऊन खाली आणतो. आता इथे थांबायचे नाही म्हणजे नाही... असा निर्णय घेऊन निखिल खोलीबाहेर पडतो...हॉल मध्ये येऊन गाडीची चावी घेतो आणि घराचा दार उघडायचा प्रयत्न करतो.. निखिल "कम ऑन गॉडड्यामीट..

ह्याला काय झालाय अडकायला .." निखिल आरडा ओरडा करायला लागतो .. "कोणी आहे का ?? हॉस्पिटल ला जायचा आहे! हेल्प, हेल्प !!" पण त्या निर्जन ठिकाणी निखिलची हाक कोणाच्या गावी सुद्धा नव्हती.. मदत दूर होती ... निखिल आरडा- ओरडायचा यत्न करून थकून खाली बसतो.. निखिल पुन्हा त्याच्या खोलीत येतो.. आणि दोघांच्या निश्चल शरीराकडे पाहून मोठं मोठ्याने रडायला लागतो.. 'आआआ' .... निखिलचा अपराधीपणा आता अधिक बळावलाय .. निखिलला आता काहीही करून या मनहूस घराबाहेर पडायचाच आहे...निखिल त्या चाकूचा शोध घ्यायचा बघतो ... पण त्याला तो कुठे ही सापडतच नाहीये ... निखिल आता तडक रूम बाहेर पडतो आणि आता प्रत्येक दरवाजा ओढून पाहतो , प्रत्येक खिडकी -गज तोडायला पाहतो .. निखिल सैरा - वैरा पळायला लागतो. पण काही केल्या त्याला घराच्या बाहेर जात येतं नाही .. .निखिल जाड वस्तूने खिडकीच्या काचा फोडायचे पाहतो ...नाही जमत... अचानकपणे घरातली इलेक्ट्रिसिटी गायब झाली आहे ....

निखिल त्याच्या रूम मध्ये असलेल्या आरशामध्ये पाहून बोलतो पण कोणीच प्रत्युत्तर देत नाही ... चिडून शेवटी निखिल तो आरसा फोडतो...बाहेर हॉल मध्ये येऊन

एकटाच अस्वस्थपणे फेऱ्या मारायला लागतो.. या घटनेला आता सात तास झाले...आता फक्त वरच्या मजल्यावरच्या खोल्या तपासून घ्यायच्या राहिल्या आहेत.' बहुतेक कोणत्या तरी खोलीच्या खिडकीमधून वर टेरेसवर जायचा रस्ता असू शकेल ही' असा विचार करत दबकत दबकत निखिल वर येतो...निखिलला समोरच पेंटिंग दिसते आहे.. निखिल ते पेंटिंग मोठ्या कष्टाने उतरवून पाहतो... पेंटिंग च्या मागे काही किल्ली किंवा सीक्रेट दार आहे का ते तपासून पाहतो.. पण त्यापैकी काहीही त्याला सापडत नाही. आता तो लेफ्ट साईड रूमकडे वळतो... दरवाजा उघडतो आणि बघतो कि इथे तर त्याचे सर्व नातेवाईक आहेत.. तो त्याच्या आजीला, बापाला, जुन्या मित्राला, सौम्या, नीरज, आणि इतर सर्वांना बघतो त्याला बघताच सर्व जण पुन्हा निखिलच्या नावाने आरडा ओरडा करायला लागतात... त्याला शिव्यांची लाखोली वाहतात निखिलला याचे खूप वाईट लागत.. निखिल म्हणतो "सॉरी ! मी तुम्हा लोकांना माझ्या चुकीने खूप सतावले आहे...सौम्या, नीरज माझ्याकडून खूप मोठी चूक झाली आहे...पण मी शुद्धीतच नव्हतो.. ह्या बंगल्यामधलं काहीतरी मला असा करायला उद्‌युक्त केला...**I'm sorry**" ... पण याचा लोकांवर ढिम्म फरक पडत नाही. आणि लोकांचा ओरडणं काही केल्या थांबत नाही कोणी ही

त्याच्या बोलण्याकडे लक्षच देत नाहीये .... निखिलला कळून चुकते हे बोलणे वायफळ आहे. निखिल असा लक्षात येतंय कि ह्या विला मधील जे काही भूत वगैरे आहे ते त्याला मुद्दामहून त्रास व्हावा म्हणून त्याला शर्मीनदा करीत आहे .. त्याचा आत्मविश्वास तोडत आहे ...निखिल दरवाजा लावून घेतो .आणि समोरच्या रूम कडे पाऊल टाकतो ... परंतु ही रूम तर पूर्ण लॉक आहे .. निखिल त्याच्याकडे असलेल्या सर्व किल्ल्या वापरून पाहतो... दरवाजावर मारून , ढकलून बघतो .. पण दरवाजा ढिम्म हालत नाही ..आता निखिल अधिक अधिक frustrate होतोय.. बराच वेळानंतर निखिल खाली येतो आणि रूम मध्ये जाऊन आतून कडी लावतो. बराच वेळ निखिलचे हात पाय थर थर कापत असतात. आजच्या संपूर्ण घटना क्रमाने निखिल आतून पूर्ण हादरून गेलाय.. त्याला काहीच सुचेनासे झाले आहे.

आज रात्री ही त्याला एक स्वप्न पडते ... निखिल त्याच्या बायको आणि मुलाला जोर जोरात चाकूने वार करून मारत आहे .. आणि एका विहिरी मध्ये ढकलून देत आहे.. {एक प्रकारे त्याच्या स्वप्नावर देखील त्याचा ताबा राहिला नाहीये}. निखिल ला जाग येते.. पहाटेचे ४ :३० वाजलेले असतात ...

पुन्हा नवा दिवस ... पण आज इतकी भयाण शांतता आहे ... हि बोचणारी शांतता मनाला अधिक अधिक चिंतीत करत आहे ... निखिल आज पुन्हा सर्व दरवाजे चेक करतो .. पण काही नाही .... तेव्हड्यात निखिल च्या ध्यानात एक गोष्ट येतें कि गोपालदास सकाळी ब्रेकफास्ट घेऊन येते होते २ -३ दिवस ... आज ही येऊ शकतील कदाचित ... किंवा डबा द्यायला मेन गेट पाशी कोणीतरी असेलच... आणि निखिल हॉलची खिडकी उघडतो .. आणि हाक मारायला लागतो ... अर्धा तास होतो .. कोणी येत नाही .. ९ चे १० वाजतात मग ११, १२ , १... पण अजून देखील कोणी आलेल नाही.. निखिल : "कदाचित त्या हरामखोर गोपाळनेच परस्पर सांगितलेला दिसतंय ..." आणि हताश होऊन निखिल जमिनीवर बसतो .. दुपार उलटते .. संध्याकाळ होते .. अजून ही कोणी आलेल नाहीये ... निखिल खिडकीपाशी असाच वाट पाहत बाहेर एकटक नजर लावून उभा असतो आणि त्याला एक प्रकारचा संमोहित करणारं वास यायला लागतो ... हळू हळू निखिल स्वतःवरचा ताबा सोडायला लागतो ... निखिल च्या ध्यानात येतें कि 'खिडकी उघडी आहे आणि कदाचित बाहेरच्या फुलांचा हा जीव घेणं वास असेल .. मला मारायला कदाचित' ... निखिल उठून सर्व खिडक्या बंद करून घेतो... आता निखिल आत मध्ये एकटाच बसून रडत आहे...

आजचा दिवस ही गेला.. काल दिवस भराच्या सर्व गोष्टीचा संबंध लावण्याचा प्रयत्न करत करत झोपी जातो..परत कोणीही येत नाही आणि निखिलला बाहेरही जाता येत नाही. मात्र विहिरीचे स्वप्न निखिलला परत परत पडतेच आहे.. सतत सौम्या आणि नीरज चा निर्जीव चेहरा समोर येत राहतो.

आणखी एक नवीन दिवस... आज ही गोपाळदास आलेले नाहीयेत...निखिल खिडकीपाशी जातो.. पण खिडकीच्या जागी आता फक्त उभ्या भिंती दिसत आहे...घराची रचनाच एकदम बदलली आहे.. घर थोडे जुने, धुळीने माखलेले , वाईट अशा अवस्थेत दिसत आहे... भिंतीचा रंग उडालेला दिसतोय .. बाहेरचा सूर्यप्रकाशही आत येऊ नये अशी भयानक काळ कोठडी वाटते आहे.. हे घर नव्हे, भूत बंगला... निखिल पुन्हा दार खोलायचा प्रयत्न करून पाहतो पण थकून जातो ...खायला अन्न किंवा प्यायला पण काही नाही ... घरात इलेक्ट्रिसिटी , पाणी अचानक बंद झाले आहे...बंगल्यात टेलिफोनची व्यवस्था नसल्यामुळे कोणाला कळविता देखील येत नाहीये आणि बाहेर जायचे सर्व दरवाजे बंद आहेत.. निखिल पूर्णपणे एकटा पडला आहे.. खचला आहे.. ह्या एकटेपणाचीच आता त्याला जबर भीती वाटते आहे. बंगल्यात कोणी भूत घाबरवायला समोर येत नाहीये... हा अदृश्य शत्रू त्याच्या धैर्य संपवण्याची वाट पाहतोय...

त्याच्या सहन शक्तीची मर्यादा ताणत आहे .. निखिल ला समजतच नाहीये कि नक्की काय चालले आहे.. निखिलच्या विचाराची दिशा अधिक नकारात्मक आणि आत्मग्लानीच्या भोवऱ्यात अडकत चालली आहे. निखिल एकूणच या टॉर्चर ला आता कंटाळला आहे .. इतके दिवस पडद्याखाली काय चालू होते याचा निखिल शांत बसून विचार करायचा प्रयत्न करतो...त्याला पडलेली स्वप्ने, सौम्याचा आरश्याबद्दल भास , नीरजचं सतत उदास हताशपणे उभे राहणे, निखिलला छळायला आलेली सगळी लोक ... अचानक एक दिवशी तिच्या अंगात येऊन सौम्या नीरजला सुरा लावते काय आणि वर माझ्याकडून हा खुन काय होतो ..आणि नंतर त्या गोपालदासच नाहीसे होणं... हे जे कोणी माझ्याकडून करवून घेत आहे त्याला हवय तरी काय माझ्याकडून ?? मला जिवंत सोडून काय फायदा ? माझ्या हातून माझ्याच कुटुंबालाच का संपवला .?" सौम्या आणि नीरज चे निष्प्राण शरीर आठवून निखिल ला गहिवरून येत .. आणि निखिल जोरात ओरडतो "अरे काय हवय शैताना तुला ? माझा आयुष्य तर बरबाद केलसच आता मला ही मारून टाक म्हणजे मलाही माझ्या कुटुंबाकडे जाता येईल ... "

रात्र होते .. निखिल बिचारा भुकेला कसातरी झोपायचा प्रयत्न करतो .. दिवसभर विचार करून करून त्याच्या मेंदूला शीण आला आहे .. आणि त्यात ही दोन दिवस उपाशी पोटी राहिल्याने अंगात त्राण राहिले नाहीत. बंगल्याच्या ह्या गूढ शांततेमुळे आणि न सुटलेल्या प्रश्नांचा हा गुंता आणखी ताणत चालला आहे. निखिल आता शांत झोपला आहे ... झोपेत निखिलला कोणीतरी हाक मारत आहे ...निखिल पाहतो कि त्याच्या समोर नीरज आणि सौम्या उभे आहेत ... निखिल दोघांना बघतो आणि घट्ट मिठी मारतो ... पण सौम्या त्याला बाजूला करते ... नीरज ला कडेवर घेते आणि म्हणते "तुझ्यामुळे मी इथे अडकून बसले आहे... मरणानंतर ही मला मुक्ती नाही ... ह्या वाड्यातल्या शैतानाच्या तावडीत आम्ही फसलो आहोत रे ... केवळ तुझ्यामुळे निखिल ...." . निखिल : "मला माफ कर .. हो मीच तुमचा गुन्हेगार आहे ... मी काय करू बोल ना ... तुम्ही म्हणाल तस करतो मी ... पण मला असा दोष सतत देऊ नकोस ... माझ्याकडून करवून घेतल...." नीरज : आमची प्रेत वरच्या रूम मध्ये न्या .... तिथे एक कपाट आहे ते उघड ... आमचा आत्मा इथे अडकून राहिला आहे ... त्या रूम मधूनच आम्ही आमचा मुक्तीचा मार्ग शोधू ... आमची शरीर हवी आहेत...

त्या सैतानाला. आमच्या मागे मागे तो सैतान येईल त्याचा फायदा घेऊन बाजूला खिडकी आहे तिथून तु बाहेर जा, " ..

निखिल : "अरे बाळा .. मी तुमची साथ अशी कशी सोडू शकतो ?? मला तुम्हाला विधिवत निरोप द्यायचा आहे" ...

सौम्या : "एकदा का प्राण बाहेर पडला कि तोच आत्मा स्वतः चा रास्ता शोधात असतो, जो त्याला मिळतोच ... तू फक्त आमची शरीर त्या कपाटाशी ठेव ... बाकी आपोआप होईलच ..."

निखिल एकदम झोपेतून जागा होतो ... त्याला आता कसलेही भान राहिलेले नाही ... माझ्या बायको आणि मुलाला आता मी अधिक तडफडत ठेवू शकत नाही... त्यांची ही अंतिम इच्छा मी पूर्ण करेनच ... आणि निखिल ताडकन उठतो ... निखिल सौम्या आणि नीरज ची शरीर नीरज च्या रूम मधून बाहेर काढतो आणि मोठ्या कष्टाने पाऊले टाकत वर येतो आणि दोन्ही प्रेत उचलून समोरच्या रूम मध्ये येतो .. दार हलकेच धक्का मारून उघडते ...ही उजवी साईड ची खोली समोरच्या डाव्या साईड च्या खोलीसारखीच आहे. समोर एक कपाट आहे ... बाजूला कोपऱ्यात एक खिडकी देखील आहे..

आणि दोन्ही प्रेत कपाटाजवळ नेवून ठेवतो... कपाट अगदी जुने पुराणे आहे ... लाकूड अजून टणक नाहीये ... कपाटावर बरीच धूळ साचलेली आहे ... निखिल अगदी जड अंतःकरणाने कपाटाचे दार उघडतो ... त्याला समोर एक लहान तबकडी दिसते ... निखिल त्याला हात लावणार एव्हढ्यात ती रूम बाहेरून लॉक होण्याचा आवाज होतो आणि रूम मध्ये हळू हळू एक काळ धूसर वायू तयार होत आहे ... निखिल बाजूला बघतो तर खिडकी ची रुंदी अगदीच कमी झालेली आहे ... निखिलला झटक्यात लक्षात येते त्याच्यावर हि खेळी खेळली गेली आहे. निखिल त्या वस्तू कडे पाहतो आणि खाली सौम्या आणि नीरजकडे पाहतो...कपाटातून कसलासा प्रकाश येऊन घोंगावणारा जोरदार वारा येतो. दोन्ही बॉडी कपाटात आपोआप खेचल्या जाऊन गायब होतात ... निखिल ला काही लक्षात येण्याच्या आत खोली मध्ये ॲसिडिक वायू भरायला लागतो... निखिल आठवते कि असाच घाणेरडा वास त्याला बागेत आला होता काल-परवा... हळू हळू निखिलच्या दृष्टी समोर अंधार पडायला लागतो ... निखिलला आतून जाणवते कि आता ह्यातून बाहेर पडणे शक्य नाही...इथे सगळे मार्ग, पर्याय, दरवाजे बंद झाले आहेत. एक मोठा आवाज होतो... निखिल खाली कोसळतो... आणि तो देखील कपाटात खेचला जाऊन आत बंद होतो.

भाग दोन

...संपूर्ण घर रिकामे आहे... बंगल्यात दिवे नाहीत.. बंगला बंदिस्त आहे ... कोणाचा मागमूस नाहीये ... घरातल्या प्रत्येक वस्तूवर एक गारठा चढला आहे. जणू निर्जीव वस्तू हि गोठलेली आहे. संपूर्ण घरात एक विशिष्ट नकारात्मक ऊर्जेचा संचार झाला आहे. घरातली प्रत्येक वस्तू काही विशिष्ट कंपनाने भारावलेली आहे. घराबाहेर निखिलची कार नुसतीच उभी आहे... आजूबाजूचा परिसर स्मशान शांततेत आहे. मात्र बाहेरची झाडी, पाने- फुले सर्वांना एक नवीन जान आली आहे. संपूर्ण परिसरावर लाल सर रंग चढला आहे. नुसती नजर टाकली तरी शंका येणार नाही कि आत तीन तीन मृतदेह पडलेले आहेत.. बंगल्याच्या अजस्त्र अजगराने तीन माणसांना गिळंकृत केले आहे.. आता 'त्याची' भूक शमलेली आहे.. ते आता आपल्या गुहेत शांतपणे पडून राहणार आहे... एक दिवस निघून जातो...

दुपारी १२ वाजण्याच्या सुमारास बंगल्या च्या गेट मधून एक इसम आत येतो.... आजू-बाजूच्या झाडीतून एक वेगळ्या प्रकारची साद घातली जाते. अगदी बिनदिक्कतपणे हा इसम आत शिरतो... दारापाशी त्याला निखिल ची

गाडी दिसते ... तो इकडे तिकडे नजर टाकतो ... "चला, स्क्रॅप ला चांगला भाव येईल"... पलीकडे नजर टाकून बागेतली फुले वेचून घेतो .. आता हा इसम बंगल्याच्या खिडकीतून आत पाहतो... कोणाचा आवाज नाही कि चाहूल नाही... बंगल्याच्या दरवाजावरील खुंटीवर अडकवलेला एक कलश आणि टांगलेला राक्षसाचा मुखवटा उतरवून ठेवतो.. त्यावर त्याने आणलेल्या खास मंत्रांजित पाणी शिंपडतो आणि त्याच्या शबनमच्या झोळीत ठेवतो.. काही वेळ वाट पाहून हा इसम आता त्याच्या खिशातून बंगल्याची चावी काढतो.. आणि दार उघडतो .. दार उघडल्यावर त्या इसमाने सोबत आणलेले एक चांदीचे फुलपात्र त्या दाराजवळ टेकवून ठेवतो. ह्या चांदीच्या फुलपत्रावर कुंकवाचा ठसा लावलेला असतो. त्याने सोबत आणलेले मंत्रांजित पाणी स्वतःवर शिंपडून आत पाऊल टाकतो... आतून मृत शरीराचा दुर्गंध पसरला आहे ... हा इसम काहीतरी पुटपुटतोय आणि डोळे मिटून घेतो ... आतल्या रूम मध्ये चकरा मारतो.. आणि त्याला कपाटाची ग्लास तूटलेली दिसते. "च्या मायला ! आता आला का मला काच बसवायचा फटका ..." पुढे होऊन तो वरच्या दिशेला जातो.. उजव्या हाताच्या रूमकडे वळतो आणि त्यासमोर नमन करून उभा राहतो.. आणि हलकेच धक्का देऊन आत उभा ठाकतो .. हा इसम त्याच्यासोबत आणलेली अगरबत्ती, परिसरातील झाडीची फुले, खास प्रकारची अत्तरे आणि काही पानांचा जुडगा समोर ठेवतो.. आता कपाट उघडून त्या लोखंडी तबकडी वर एक एक करीत पूजा करायला वाहतो... नमन करून सोबतचे पाणी त्या लोखंडी तबकडी आणि कपाटावर शिंपडतो... उरलेले पाणी खोलीभर शिंपडतो .. सोबत स्मशानातल्या राखेची

पूड आणलेली असते.. ती त्या तबकडी वर गंधासारखी लावून नमस्कार करतो.. आता त्या इसमाच्या आजूबाजूला पुन्हा तोच काळसर वायू तरंगत राहतो.. ते स्पिरिट आल्याची खूण असावी...

हा इसम त्याला उद्देशून म्हणतो " हे महान सैताना, तुमच्या करीता मी एक नवीन जोडपं आणल.. त्याचा तुम्ही यथेच्छ पुरेपूर आस्वाद घेतला.. तुम्ही खुश असलाच अशी माझी खात्री आहे... तुम्ही असाच खुश राहो अशी माझी सदिच्छा आहे." "तुमच्या कृपादृष्टीनेच मला आज पर्यंत कोणी ओळखलेच नाही.. तुमची ताकद अशीच कायम वाढत जावो...(नमस्कार करतो). आज खरे तर मी तुमच्याकडे काही मागायला आलोच नाही... पण काय आहे कि धंदा म्हणून मी ज्योतिष विद्या सुरु केली खरी ... अधून मधून अंदाज बरोबर लागतात हि... पण हवी ती सिद्धी मला अजून पुरती आली नाही... मला समोरच्याचे भविष्य अचूक दिसेल अशी शक्ती मला बहाल कराल अशी विनवणी तुम्हाला करतो. तुम्हाला अशक्य अस काही नाही ... ह्या काळ्या जादूचे तर तुम्ही सरताज आहेत... तुमच्या ह्या उपेक्षित शिष्यास काही मार्गदर्शन द्याल ?? माझी भविष्य वर्तनाची नजर अजून प्रबळ होऊ दे महाराज !!!..." असे म्हणून हा इसम त्या लोखंडी तबकडीवर डोके ठेवतो... थोडा वेळ तिथेच डोळे मिटून थांबतो... बाहेर येतो... पायर्यांवरून खाली उतरून हॉल मध्ये येतो.. आता एक एक करून निखिलच्या संसाराच्या सर्व गोष्टी एका बॅगेत भरायला लागतो.. घरात एक प्रकारचा कुबट,

घुसमटणारा वास येतोय.. हा इसम त्याच्याकडच्या सामानाने घर स्वच्छ करतो... ह्याला पूर्ण २ तास अवधी लागतो... सगळं झाल्यावर एकवार सर्व घरावर नजर टाकतो... काही राहिल नाही अशी खात्री करून सोबतच सगळं सामान व्यवस्थित निखिल च्या गाडीत टाकतो आणि आल्या पावली परत फिरतो...

हा मुरली मुळात काही तंत्र, काळी जादू अशा वाम मार्गानी शक्ती मिळविण्यातला इसम आहे.. वास्तुशास्त्राचा काही अभ्यास आहे.. त्याला एखादी वास्तू/जागेची भली बुरी शक्तीची समज आहे.. गावाबाहेर अनेक फार्म हाऊस आहेत.. सर्वप्रथम जेव्हा हा मुरली बंगल्याच्या आसपास आला तेव्हा एक साधा मांत्रिक म्हणून आश्रयाच्या शोधात म्हणून.. पण त्याची नकारात्मक, तामसी ऊर्जा बंगल्याच्या सैतानी शक्तीने जोखली आणि ह्या मुरलीला त्याच्या सैतानी अस्तित्वाची चुणूक दिली... मुरली चा गावात धंदा नाही ना तो इथे राहतो. मोठ्या शहरात रिअल इस्टेटचा जोडीदारासोबत ब्रोकर च्या धंद्यात आहे.. खरा व्यवसाय हा वाम मार्गाने काही ताकद, सिद्धी, मिळवणे, चरितार्थासाठी लक्ष्मी प्रसन्न करणे हाच उद्योग.. त्याच्याच मित्राकडून बंगल्याचे सर्व रेकॉर्ड तपासून मुरली ची खात्री पटली कि ह्या बंगल्याला कोणी वाली नाही.. शेवटच्या वारसदाराने गेली ८ दशकभरापूर्वी आत्महत्या केली होती आणि त्यानंतर ह्या मिळकती ला कोणी नाव लावले नाही... पुढील काही वर्षे हा बंगला चोर, लुटेरे आणि जुगारी, मद्यपी लोकांचा अड्डा बनला होता.. परंतु या बंगल्याच्या नकारात्मक, लालची आणि घातक वृत्तीने तिच माणसे बंगल्यात शिकार बनली.. पोलिसांनी देखील फारसे लक्ष

घातले नाही.. पुढे पुढे भूत बंगला, वाईट लोकांचा अड्डा म्हणून ह्याची ओळख झाली आणि गावातले लोक फारसा त्या बंगल्याच्या वाटेला गेलेच नाही... एकांतात आणि वाळीत टाकलेल्या ह्या बंगल्याचा मुरली ने स्वतःच्या फायद्यासाठी उपयोग करायचे ठरवले... आणि कधी प्रॉपर्टी भाड्यावर देण्याच्या बहाण्याने, तर कधी वीकएंड होम किंवा व्हेकेशन होम म्हणून स्वस्त दरात मुरली त्याच्याच क्लाएंट्स ना बंगल्यात राहायला बोलावू लागला... मुरली त्याच्या क्लाएंट्स ची चांगली ओळख काढून पारख करून आणि खात्री घेऊनच बंगल्याची कल्पना द्यायचा.. जी जी माणसे मुरली च्या नादाला लागून त्याच्या भूल थापांना भुलून बंगल्यात आली ती सर्वच्या सर्वजण ह्या बंगल्यातल्या इव्हील स्पिरिटचा शिकार झाली.. सर्व व्यवहार हा शहरात आणि रोख स्वरूपात होता त्यामुळे कोणाला कळण्याचे कारण कधी पडलेच नाही... मुरलीला ह्या सैतानी शक्तीचा मात्र फायदा झाला.. त्याची वृद्धी व्हायला लागली .. हळू हळू लोकांचे वलय त्याच्या भोवती गोळा व्हायला लागले..

...ह्या घटनेला आज ३ वर्षे होत आली आहेत.. सौम्याचा भाऊ डिटेक्टिव्ह मंदार -ने सौम्याला शक्य असेल त्या त्या सर्व ठिकाणी शोधण्याचा अथक प्रयत्न चालूच ठेवला आहे .. सुरुवातीला कोणा नातेवाईकाकडे चौकशी , काही जवळच्या मित्राकडे चौकशी, फॉरेन ट्रिप, ऑफिसमध्ये चौकशी इत्यादी सर्व गोष्टी तपासून पहिल्या. नंतर कठोर मनाने रोड साईड ऍक्सीडेन्ट, हरविल्याची बातमी, अपघात, अशा सर्व शक्यता तपासून झाल्या . पोलीस फेऱ्या झाल्या.. पण अजूनही सौम्या आणि निखिलचा पत्ता लागत नाहीये... निखिल च्या घरी त्याचे

फारशी माहिती आणि कळवळा नव्हता.. निखिल ने बापाचे कमाईचे पैसे बुडवले. त्या धक्क्यातून आई बाप सावरले नाहीत .. काही वर्षांनी निखिल पुन्हा घरी बापाचे पैसे चुकते करायला आला तेव्हा ते निवर्तल्याची बातमी त्याला कळली .. निखिल ने बापाचा घात केला ह्या समजुतीने सख्या भावाने त्याच्याशी नाते तोडले... ऑफिसमध्ये देखील निखिल शेवटी कुठल्याश्या गावी व्हेकेशनला गेला एव्हडीच माहिती समजली .. एकूणच निखिलबद्दल कोणाला काही माहिती असण्याची शक्यता नव्हती . मंदारच्या आईशी सौम्याचे शेवटचे बोलणे ह्या गावातच असलेल्या **STD** बूथवरून झाले. मंदारच्या डोक्यात फिरून फिरून ह्याच गावात त्यांचा छडा लावायचा विचार येतो आणि गावातच आपले बस्तान मांडायचा निश्चय करतो ... मंदारने आता गावात शक्य त्या सर्व ठिकाणी चौकश्या केल्या आहेत.. त्याला गावाच्या बाहेर बरीचशी फार्म हाऊस असल्याचे समजते .. त्या दृष्टीने एक एक बंगला तो नजरे खालून घालतो .. पण त्याला कोणत्याही ब्रोकर कडून फारशी माहिती मिळत नाही .. एके दिवशी असाच वाट बदलून जंगलातल्या आड मार्गाने "८ द' गोआन हाऊस" बंगल्यावर पोचतो.. अतिशय जुना बंगला. आजूबाजूला रहिवासाची कोणतीच खूण नाही. गेट उघडे दिसते त्यामुळे मंदार आत शिरतो.. बंगल्याच्या जवळ भले मोठ्ठे कुलूप पाहतो आणि त्याची निराशा होते... आजूबाजूला फेर फटका मारतो आणि त्याला एक मोठा बॉल बंगल्याच्या मागल्या बाजूस झाडीत दिसतो. मंदार तो उचलून त्याच्याकडे ठेवतो. आणि त्याला वाटते नक्कीच इथे कोणीतरी येऊन गेल्याचे दिसते आहे . बॉल म्हणजे सोबत लहान मुलं असणार.. असा

विचार करून मंदार दुसऱ्या दिवशी ह्या बंगल्याची सविस्तर माहिती काढायचा प्रयत्न करतो.. त्याला फारशी माहिती समजत नाही... पण पैसे आणि विश्वास संपादन करून इतकेच समजते कि ह्या बंगल्याबद्दल चांगले मत कोणाकडे नाही. लुटेरे, चोर, मद्यपी ह्यांचा अड्डा कधी कधी इथे बसतो इतकेच समजते. मंदार खोदून विचारतो तेव्हा त्याला कळते कि साधारण २-३ वर्षांनी ह्या बंगल्यात राहायला कोणी कोणी येत असतात ... कदाचित त्याचे मालकचं येत असावेत.. मंदारला आता ह्या बंगल्याविषयी खूप कुतुहल जागे झाले.. मंदार काही दिवस ह्याच गावात मुक्काम वाढवतो... साधारण २-३ दिवसांनी मंदार सतत ह्या आजू बाजूच्या परिसरात चक्कर मारायला सुरुवात करतो .. कधी कधी बंगल्याच्या मोठ्या खिडकीपाशी आत डोकावून पाहायचा प्रयत्न करतो पण काही हाती लागत नाही ...फक्त ह्या बंगल्याचे निराळेच आकर्षण वाटते... मंदार ला आता हा बंगला आतून पाहायची तीव्र इच्छा झाली आहे.. बंगल्याच्या आसपासच्या झाडीत काही लाल जांभळी रंगाची पाने पाहून तो विचारात पडतो.. "ह्या पानांना इतका तीक्ष्ण वास का यावा?" इतर कुठेही असली पाने किंवा फुले, झाडे त्याने बघितली नव्हती... आणि एक दिवस त्यातली काही पाने आणि फुले त्याच्या रूम वर घेऊन येतो... पाण्यात सोडतो.. हळू हळू ती पाने त्यांचा लाल भडक रंग सोडून पूर्व स्थितीत येतात आणि पाण्यातच कोमेजून जातात... ह्यात नक्कीच काहीतरी गोम आहे असे समजून मंदार पुन्हा पुन्हा त्याच बंगल्या पाशी घुटमळायला लागतो... कधी कधी मंदार ला हा बंगला त्याच्या स्वप्नात देखील खुणावत आहे...

एक प्रकारची सुप्त हाक त्याला परत परत ह्या बंगल्याकडे खेचून घेत आहे.. जणू त्याच्या सर्व प्रश्नाची उत्तरे ह्याच बंगल्यात दडवून ठेवली असावीत... मंदार आता जवळ जवळ रोजच बंगल्याच्या पाळतीवर आहे ...एक वेगळीच ऊर्जा त्याला बंगल्यापाशीच खेचून घेऊन येत होती.. आज तीन महिने झाले मंदार गावातच अडकून राहिला आहे..

THE GHOST FINDER

जगामध्ये, अगदी विकसित, वैचारिक, पुढारलेल्या राष्ट्रांमध्ये देखील कधी काळी एखाद्या घरातील भूत घालविण्यासाठी शमन, काहून, मुंडूनुगू निरनिराळे उपाय करत. घराच्या मालकाकडून नाही नाही ती कामे उपाय म्हणून करवली जायची. पश्चिमी देशातील कैक घरामध्ये स्पिरिट्स, घोस्ट यांचा वास असायचा. जागा खरेदी करताना ते लक्षात येत नसत. राहायला आल्यावर खऱ्या अडचणी व्हायच्या. आणि नंतर ते घर विकत फारसे जात नसे. पूर्वी शमन, प्रिस्ट घरी येऊन ते राहण्यायोग्य अथवा 'क्लीन' असल्याची पडताळणी त्यांच्या पद्धतीने काम करताना खात्री देत. अशी स्पिरिट्स अगर भूत माणसाच्या मनाचा ताबा (Possess) घेतला तर त्यांची पद्धत देखील रानटी होत असे. अशा रुग्णाला आधी पारंपरिक प्रार्थना मग फटके आणि कसले कसले चटके देत त्याच्या सहनशीलतेचा अंत पहिला जायचा. त्याने रोगी बरा व्हायचा अशी श्रद्धा त्याकाळी होती. अठराव्या शतकापर्यंत थोड्या फार फरकाने जगभरात पिढ्यानपिढ्या अशाच उपचारपद्धती चालू राहिल्या. प्रत्येक देशाची अगदी स्थानिक पातळीवरून अंधश्रद्धेची व्याख्या वेगवेगळी होती. बुद्धीला न पटणाऱ्या पण मानसिक आधार देणाऱ्या / पटणाऱ्या अनेक उपचार पद्धतींनी ऊत आला होता. आणि देवाची एक प्रकारे प्रार्थना म्हणून देखील अशा अघोरी उपायाकडे पहिले जात होते. मात्र, काळाप्रमाणे लोकांची मानसिकता बदलत गेली.

निरनिराळे शोध, प्रत्येक गोष्टींमध्ये तर्क शोधण्याची वृत्ती आणि मेडिकल सायन्स मध्ये दिवसेंदिवस होणारी संशोधने यामुळे उपचार पद्धतीमध्ये क्रांती झाली आणि मानसिक रुग्णदेखील नवीन उपचार पद्धतीमुळे व औषधामुळे बरे होऊ लागले. आणि हळू हळू रुग्णाची रानटी उपचार पद्धतीपासून मुक्तता होऊ लागली..

विज्ञान कितीही पुढे गेले तरी काही 'मेटा फिसिकल' गोष्टी त्याच्या परिघाबाहेर आहेत. आणि पूर्वीपासूनच माणसाला अशा गूढ गोष्टीचे कायम आकर्षण, कुतूहल राहिले आहे. पॅरा नॉर्मल विषयावर यूरोप, अमेरिका समवेत इतर पश्चिमी देशामध्ये निरनिराळ्या लेखकांनी बरीचशी पुस्तक,लेख, शोध, त्यांचे व इतरांचे अनुभवा विषयी लिहून ठेवले आहे. त्यामध्येच जगभरातील पॅरा नॉर्मल घटना, काही महत्वाचे ऐतिहासिक दाखले आणि ज्यांच्या सोबत ह्या घटना घडल्या अशा लोकांबद्दल लिहून ठेवले आहे. अगदी पुरातन काळापासून माणसांची मृत शरीराला सन्मानाने निरोप द्यायची आणि त्यांची पॅरानॉर्मल जगताशी (Spirit Realm) असलेले नाते घट्ट करणे हा एक प्रकारे उत्सवाचा सोहळा होता. पूर्वीच्या काळी अशा घोस्टशी,माध्यमांशी, आत्म्याशी संपर्क कसे प्रस्थापित केले जात होते आणि त्याबरोबर त्याची इथंभूत बारीक-सारीक तपशीलां सकट माहिती, जोडीला चमत्कारिक साधने, प्रार्थना, वुडू (Voodoo) खास गूढ वातावरण, विशिष्ट वेळ यांचा एकत्रित मेळ घातला जायचा.

पुढे वैज्ञानिक प्रगतीने एक पाऊल पुढे जात काही खास प्रकारचे उपकरणांनी 'स्पिरिट' असल्याची शक्यता वर्तवता यायला लागली. पुढे फोटोग्राफीचे तंत्रज्ञान विकसित झाल्यावर 'घोस्ट फोटोग्राफी' हे फॅड देखील आले. आणि अशा स्पिरिट वर्ल्डची नवीन मॉडर्न पर्स्पेक्टिव्हने मांडणी केली गेली.. आणि ह्या काळात देखील पॅरा नॉर्मल जगताचे आजच्या काळातील महत्व अधोरेखित केले आहे. शेवटी स्पिरिटची जाणीव हि व्यक्तिगत अनुभवाचा भाग आहे. एखाद्याला तोच अनुभव येणे अगर न येणे यावर त्या शक्तीचे अस्तित्व टिकलेले नसते. मात्र विज्ञानाच्या जोरावर अशा पॅरा नॉर्मल शक्तीचे अस्तित्व जगासमोर मांडणे अधिक सुलभ झाले. नवीन टेक्नोलॉजि, मॉडर्न उपकरणे, प्रसिद्धी-साठी प्रसार माध्यमे, आणि त्याला साजेशी अशी पार्श्वभूमी असलेली पूर्वापार चालत आलेल्या निरनिराळ्या संस्कृती आणि त्यांचे स्पिरिट विश्वातील असणाऱ्या श्रद्धा अगर आस्था आणि अटळ विश्वास ह्याचे आकर्षण वाढत जाऊन ह्यामुळे देखील पॅरा नॉर्मल कुतूहलाचा विषय न राहता एक अभ्यासाचा मार्ग झाला आहे. अनेक परकीय युनिव्हर्सिटी मध्ये पॅरा नॉर्मल विषय हा अध्ययनाचा भाग आहे. माणसाला नेहमीच नाविन्याचे आकर्षण राहिले आहे.

सागर शिरोडे आणि त्याचे दोन मित्र प्रदीप आणि मानव परदेशात साइकोलॉजि ह्या विषयाची डिग्री घेण्यास गेले होते. युनिव्हर्सिटीमध्ये सायकोलॉजिचे शिक्षण घेत असताना त्यांना ह्या पॅरा नॉर्मल फेनॉमेन विषय माहिती मिळते.

पॅरा-नॉर्मल स्टडीस जसे कि घोस्ट, पोल्टरगीस्ट, अतींद्रिय म्हणजेच 'Extrasensory perception, auras, life after death 'इत्यादी विषयांचा सूची-बध्द अभ्यासक्रम कॅलिफोर्निया मधील काही युनिव्हर्सिटीत आखल्याची माहिती मिळते. तिकडे अशा गूढ विषयाबद्दल खूप रस आणि उत्सुकता आहे.. आणि टीव्ही वर त्याचे एपिसोडिक शोजला खूप लोकप्रियता आहेत. सागरला आणि त्याच्या मित्रांना ह्या क्षेत्राविषयी आणि त्याच्या व्याप्तीविषयी कुतूहल होते आणि ते तिघेही ह्या पॅरा साइकोलॉजि विषय अभ्यासतात. पॅरा नॉर्मल स्टडीसचे शिक्षण झाल्यानंतर प्रसिद्ध पॅरानॉर्मल एक्सपर्टस Dougolous Rogo सोबत काम करण्याची संधी सागर आणि त्याच्या मित्रांना मिळते.. Dougolous Rogo सोबत कॅलिफोर्निया मधल्या बऱ्याच हॉन्टेड हाऊस मध्ये स्वतः जाऊन घोस्ट हंटिंग चे साक्षीदार होण्याचा अनुभव तिघांना मिळतो. खरंच एखादी जागा हाउंटेड असते का? ह्याची सायन्टिफिक सत्यता सागर आणि मित्रांनी प्रत्यक्ष पडताळली आहे. मॉडर्न सायन्सचा वापर करून अशा अदृश्य शक्तीशी संपर्क करणे त्याला समजावून घेणे आणि त्याला कन्व्हिन्स करणे ह्या सर्व गोष्टी तिघांना अतिशय थ्रिल्लिंग वाटते. Dougolous Rogo सोबत अशा कित्येक घरात मध्ये जाऊन एक्सपेरीमेंट्स केलेले आहेत. काही ठिकाणी नुसतेच जुने सिंक मधील नळाचा आवाज यायचा तर काही वूडन फ्लोअरवर स्केटर्स किंवा तत्सम घासल्याच्या खुणा निष्पन्न होत असे. कधी कधी पाण्याचा पाईप फुटून आवाज येत राही तर कधी

माळ्यावर अडकलेल्या मांजरीचा गुरगुरल्याचा आवाज येई.. कधी घरातील सामान अगर गरजेच्या वस्तू आपोआप गायब होत. आणि भलतीकडेच सापडत असत. ह्यालाच ' apprtion' म्हणतात. म्हणजेच आत्मा कधी कधी त्यांना जे सांगायचे असते त्याकरता लक्ष वेधून घेण्यासाठी अशा प्रकारे खेळ करू शकतात. हे वाईट किंवा त्रास देणारे प्रेतात्मा नाहीत. पण काही वेळेस खरंच काही नेगेटिव्ह एंटीटी घराचा ताबा घेऊन राहणाऱ्याला हैराण करत. त्या आत्म्याला त्याच्या मरणाचे भान देखील नसे आणि नवीन मालक घरात आल्यावर ती एंटीटी त्याच्यावर निरनिराळ्या मार्गांनी घरावरचा स्वतःचा हक्क दाखवत असे. माणसाची मटेरियल वस्तूची मालकी शाबीत करण्याची खोड मरणानंतरही सुटू नये यापेक्षा दुर्दैव दुसरे काय असाव.. जग सोडून जाताना सोबत एकही दृश्य/मूर्त गोष्ट घेऊन जात येत नाही हे त्रिकाल वादीत सत्य आहे. मात्र, आयुष्यभर जोपासलेल्या हव्यासापोटी लाचार झालेल्या मनाला ह्याची पर्वा नसते. आणि जीव तिथेच घुटमळत अडकून राहतो. ' मी हे जग सोडून गेलो आहे' हे सत्य न मानणे आणि स्वतःच्या आत्म्याची उन्नती रोखून धरणे या पेक्षा मोठी चूक काय असावी...अशा ह्या अतिशय क्रोधी, हट्टी स्पिरिटचा सामना करण्यासाठी एक्सऑर्सिसम, हाऊस क्लिन्सिंग, इत्यादी उपाय करून आत्म्याला 'तो' हे जग सोडून गेला आहे हे पटवून त्याचा इथला घराचा ताबा सोडून द्यायला कन्व्हिन्स करणे अशी जिकिरीची, जोखीमीचे कामे करून

' Dougolous Rogo 'ने अनेक घरे भयमुक्त केली आहेत... त्याच्या सोबत राहून आणि सोबतचे बरे वाईट अनुभव घेऊन सागर आणि त्याचे मित्र प्रदीप आणि मानव असे तिघेही पॅरानॉर्मल ॲक्टिव्हिटीज शी सामना करण्यास अनुभवी बनतात ..

इथे भारतात परतल्यावर भूत घालवणाऱ्या अघोरी बाबा, मांत्रिकावर अंध विश्वास ठेवणारे लोकांपुढे पॅरा सायकॉलॉजि ह्या विषयाकडे सायन्टिफिक दृष्टिकोनातून अभ्यास करणारे क्वचितच... सागरला हे क्षेत्र खुणावत होते आणि त्याच्या मित्रांसोबत सागर नेच "घोस्ट फाइंडर टीम " नावाने पॅरा नॉर्मल रिसर्चर म्हणून काम सुरु करतो.

प्रदीपचे वडील टीव्ही व ॲडव्हर्टिसिन्ग क्षेत्रात होते. साहजिकच त्यांच्या बऱ्याचश्या ओळखी होत्या. सागरच्या डोक्यात अमेरिकेप्रमाणे भारतातही असा शो करायची कल्पना येते आणि बऱ्याच प्रयत्नानंतर टेलिव्हिजन क्षेत्राकडे वळून काही निवडक 'एलिट' वर्गाच्या लोकांसाठी त्यांनी टीव्ही वर असा 'शो' करायला सुरुवात केली. म्हणजे ह्या कार्यक्रमात पॅरा नॉर्मल अनुभव किंवा सामान्य भाषेत ज्याला भूत बाधा झाली अशा ठिकाणी जाऊन आधुनिक उपकरणांचा वापर करून शास्त्रशुद्ध तंत्रांचा मदतीने भूत बाधा झाल्याची अफवा कशी फोल आहे ते सत्य बाहेर आणणे आणि हा सगळं रोमांचकारक अनुभव कॅमेरामधून टिपणे आणि टेलिकास्ट करणे हा त्या शो चा

ठरलेला कार्यक्रम... ह्या शोचे प्रेक्षक वर्ग प्रामुख्याने तरुण मुले/ मुली हाच असल्याने त्यांना अशा नवीन हटके शो ची भुरळ पडली.. कारण हि पिढी जिने टीव्ही वर आहट, वोह , झी हॉररवर शो , एक्स झोन , शुsss कोई है, आदी भूतावरील आधारित शो चवीने पाहिलेले होते आणि ह्या नव्या प्रकारच्या वास्तवदर्शी शो मुळे तरुण मंडळी ह्या कार्यक्रमाचा चाहता बनली. शो ची प्रसिद्धी पाहून चॅनेल ने देखील ह्या टीम ला रिसर्च साठी इन्सेंटिव्हस आणि खर्च उचलायचे ठरवले.

आता हि घोस्ट फाइंडर टीम गावो गावी भटकून कधी कोणाच्या बोलावण्याने तर कधी माहिती काढून दूर निर्वासित ठिकाणी जाऊन शापित जागांच्या भूताखेताच्या सत्यतेची अनुभूती करायचा काम करतात... आजपर्यंतचे अनुभव गाठीशी घेऊन सागर आणि त्याची घोस्ट फाइंडर टीम त्यांच्या संभाव्य ऍडव्हेंचरसाठी गावो गावी फिरताहेत...

Santimoi Village

गावात आल्यावर गावातल्या लोकांकडून तुटक तोकडी माहिती जमा करत काही दिवस अख्या गावात शोध मोहीम सुरु करतात.. पण अजूनही मनासारखी गोष्ट मिळालेली नाही ... एक दिवस सहज सर्व जण एका धाब्यावर जेवण करायला थांबतात ... त्यांच्या बाइक्स वरती "घोस्ट फाइंडर टीम" चे कार्विंग असते त्यांची स्टयलिश जॅकेट, हातात वेगळ्या प्रकारचे ऑटोमॅटिक घड्याळ, पाठीला मोठी सॅक ज्यात विचित्र कॅमेरे, घोस्ट मीटर, EMF डिटेक्टर, बॅटरी असे काही उपकरणे पाहून लोकांना कुतूहल आणि चर्चेचा विषय असतो. प्रत्येकजण त्यांच्याकडे तिरप्या नजरेतुन पाहत आश्चर्य करत असतो.

प्रदीप : "**So whats the plan? How many days are we going to waste here Sagar? Should not we pack up and move on**"?

सागर : काही बोलत नाही ...त्याचे जेवण चालू ठेवतो.

मानव : "**He is right,** अस किती दिवस शोधात राहायचं? **.. We must find content else where**".

सागर : "आपण जंगलातल्या परिसरात अजून कुठे गेलोय? तिथल्या सर्व बंगल्यावर एक नजर टाकू.. माझ्या माहितीप्रमाणे तिथल्याच जागी हौन्टेड बंगला आहे. आपण उद्याच निघू आणि एक एक बंगला नजरेखालून घालू" ...

सागरच्या बरोब्बर समोरच्या टेबले वर मंदार नुकतेच जेवण संपवून त्यांचे बोलणे ऐकत आहे ..

सागर उठतो हात तोंड धुतो तेव्हड्यात त्याच्या मागो माग मंदार उठतो आणि मालकापाशी जातो .. मगापासून सागरचे लक्ष अधून मधून मंदार कडे जात असते .. पण त्याच्या हालचालीकडे दुर्लक्ष करत सागर परत येतो आणि मानवशी कॅमेरा बॅटरी बद्दल विचारपूस करतो. प्रदीप स्वतःचे आवरून वेटर ला बिल द्यायला जातो तेव्हा ढाबेवाला मंदार कडे बोट दाखवून 'पेड है' अस सांगतो ... प्रदीप वळून बघतो. आणि सागर मानव कडे येतो आणि त्यांच्या जवळ हि गोष्ट सांगतो . तिघे हि जण एकदम उठून आता मंदार च्या शेजारी खुर्च्या ओढून बसतात ...

सागर : "बोल काय हवाय आमच्याकडून" ?

मंदार : "हाय मी मंदार .. आणि तुम्ही" ?.... "मगाशी मी तुम्हाला घोस्ट विषयी बोलताना ऐकलं .. तुमच्या बाईक, जॅकेटवर 'घोस्ट फाइंडर टीम' चे कार्विंग बघितले..

त्यामुळे तुम्ही मंडळी इथे नुसते फिरायला न येता खास काम साठी आले आहेत असे वाटते" ..

मानव : "हम्म मग पुढे" ?

मंदार : "तुमच्या बोलण्यावरून तुम्हाला अजून अशी जागा मिळालेली नसावी .. **Can I help u about that**"?

प्रदीप : "मंदार नाही का ... तुला माहिती द्यायची असती तर तू सरळ देऊ शकला असतास ... मग बिल भरण्याचा खटाटोप का केलास" ?

मंदार : "**Because I know such place for damn sure..** मला तुम्ही तिघे ह्या हौन्टेड बंगल्यात जाऊन त्याची खरी स्टोरी अन कव्हर करावी असा वाटतंय" ..

मानव : (खोचकपणे) "वा ! तुला माहिती आहे तर! मग तूच का नाही गेलास त्या बंगल्यात आणि खरी खोटी केलीस " ?

मंदार : "तो बंगला कुलूप बंद आहे .. आणि मी गेले तीन महिने जवळ जवळ रोज चक्कर मारून त्याच्या आत घुसायचा प्रयत्न करतोय, **but I failed**"..

सागर आणि मित्र त्या मंदार कडे काही वेळ निरखून पाहतात .. त्यांना मंदारच्या बोलण्यावर थोडी शंका येते .. सागर एकदम म्हणतो

सागर : **"If u know this place can u take us there, now"?**

मंदार : "जरूर" ..

सागर त्याच्या मित्रांकडे बघतो . कोणाला विशेष अडचण वाटत नाही ..

सागर सगळ्यांशी फॉर्मली ओळख करून देतो .. मंदार सागर मानव आणि प्रदीप असे चोघे आता त्या आड वळणाच्या रस्त्यावरून शिरत शेवटी त्या बंगल्यापाशी पोचतात ... गेट वरती त्यांना झाडी दिसते .. लांबूनच एका हॉररवर पट प्रमाणे हा बंगला त्यांना भासतो .. मंदार पुढे होऊन गेट खोलतो आणि बाइक्स काट्या रानातून बंगल्याच्या प्रवेशद्वार जवळ थांबतात ... सागर पाहतो कि इथल्या प्रत्येक रोपाला लाल काळ्या रंगाची छटा आहे ... काही लाल भडक फुले त्याचे लक्ष वेधून घेतात...इकडे मानव आणि प्रदीप कुजबुजतात **"This place looks creepy as hell... Nice set up.."**

मंदार सगळ्यांना घेऊन बंगल्याचा आसपासचा परिसर दाखवतो जसे कि झोका, विहीर, बाहेरचे पटांगण, आणि सगळे बघून बंगल्याच्या दर्शनी भागात येतात.. समोरच नक्षीदार दारवरचा मुखवटा चौघांचे लक्ष वेधतो. त्याकडे बघतच मंदार सांगतो, मंदार : "काही तरी जादू केलीये ह्या दारावर.. काही केल्या उघडताच नाहीये.. दगड, हत्यार पिन सगळं ट्राय केला **but no response**".. सागर

एक दगड उचलतो आणि खिडकीवर जोरात भिरकावतो.. पण खिडकीला काही होत नाही.. जणू एका भिंतीला दगड मारल्यासारखा आवाज येतो प्रदीप आणि मानव पण दारावर धक्का मारून उघडण्याचा कुलुपाशी छेड छड करत उघडण्याचा प्रयत्न करतात. पण काही फायदा होत नाही ... सागर दरवाजाकडे नीट पाहतो .. नक्षी काम असलेला हा पुरातन वाटणारा दरवाजा अतिशय भक्कम होता ह्यात काही शंका नव्हती. पडद्यामुळे आतल्या सामानाची किंवा खोल्यांची कल्पनाच येत नव्हती ..

सागर : "आपण उद्या सगळ्या ऍक्सेसरीस सोबत येउयात.. कदाचित हीच जागा आपण शोधात असू" ... मंदार तिथली काही पाने तोडतो आणि सोबत ठेवतो ..

आता चौघे गावात परत येतात .. सागर च्या पाठी मागे मंदार बसलेला असतो साहजिकच तोच मंदार ला सोडायला जातो .. मंदारच्या रूम वर दोघे पोचतात.. आणि मंदार अतिशय एक्साइटमेन्ट मध्ये येऊन त्याला बंगल्याच्या परिसरातून उचललेली पाने सागर ला दाखवतो .. ती पाने त्याच्या पाण्यात ठेवतो .. काही वेळाने पानांचा रंग बदलतो आणि लाल भडक रंग जाऊन त्या जागी शिव्या आणि हिरवट रंग येतो ... सागर हे पाहून धक्काच बसतो ..सागर झटकन त्याच्या हातून पाने घेतो

आणि कडेला गोळा झालेल्या लाल गोळ्याचा वास घेतो जिभेला लावतो ..

सागर : "Shit its blood...त्या संपूर्ण झाडीत अशीच पाने आहेत" ??

मंदार : "Yes... काहीतरी भयानक घडलेला असणार त्या बंगल्यात" ..

सागर : "हि तर पोलीस केस वाटतीये .. तू त्यांना सांगितलंस का ह्या प्रकाराबद्दल" ?

मंदार : "त्यांना असल्या फालतू एक्सपेरीमेंट्स मध्ये रस नसतो ... आणि मी पोलीस स्टेशन च्या चकरा मारून वैतागलो होतो ... साधी हरवल्याची तक्रार घेतली नाही माझी" ...

सागर : "म्हणजे" ?

मंदार त्याला खरी गोष्ट सांगतो .. त्या बंगल्याचा कसा शोध लागला, त्याची बहीण सौम्या आणि जिजा निखिल कसे अचानक गायब झाले वगैरे ... सागर मोठ्या विलक्षण आश्चर्याने सर्व हकीकत ऐकतो ... त्याला आता मंदार चा हेतू आणि भावना समजते... एक विश्वास टाकायला हरकत नाही असा विचार जाता जाता करतो .

दुसऱ्या दिवशी सागर आणि टीम पूर्ण सज्जतेने तयार होतात.. त्यांचे हाई टेक उपकरणे जसे **Electromagnetic Field detectors, infrared cameras, Thermal Camera, Electronic Voice Phenomenon (EVP) meter, Temperature sensor, telescopic stainless steel dowsing rods, extended proximity detector Antenna, Ghost Meter EMF Detector, Tri field EMF meter, battery, backup,** सोबत **first aid kit,** अस सगळं त्यांच्या बॅगपॅक मध्ये नेहमीच सोबत असलेली इक्विपमेंट्स घेऊन आणि बंगल्याचा दार उचकाटायला हातोडे घेतात व मंदारला नाक्यावरून सोबत घेत आता बंगल्याच्या दिशेने कूच करतात. काही वेळ बंगल्याचे फोटोस घेतात. काही दुरून काही जवळून आसपासचे फोटोस देखील घेतात. मानवबंगल्याच्या पाठीमागे जाऊन पाहतो तिथे विहिरीमध्ये डोकावून बघतो. ती बंदिस्त असते. तो परत येतो. सागर त्याच्या **EMF** डिटेक्टर ऑन करतो आणि त्याला १८.९८ **Hz** अशी फ्रिक्केन्सी बंगल्याच्या चारी बाजूंनी येते.. सागर प्रदीप आणि मानव ला दाखवतो.. प्रदीप : **“Hmm... that’s Interesting”**

मंदार तुला कोणी सांगितलं ह्या बंगल्याविषयी"? मंदार : "मी डिटेक्टिव्ह आहे आणि आमचा हा व्यवसाय आहे त्यामुळे फारस अवघड नव्हता" .... सागर : "वेल डन मंदार.. तू एक्साक्टली योग्य ठिकाणी आला आहेस. ह्या जागेत ज्या फ्रिक्केन्सी आहेत त्या वरून हि जागा हौन्टेड वाटते आहे". आता सागर प्रदीप आणि मानव तिघे मिळून एका मागो माग एक हातोड्यांनी बंगल्याच्या दारावर घाव घालायला सुरुवात करतात .. पण दार ढिम्म हालत नाही ...एक.... दोन...... तीन.... चार... आणि एकदम तिघांच्या हाताला झिणझिण्या येऊन त्यांच्या हातून हातोडे खाली पडतात.. जणू त्या लाकडी दारातुन इलेक्ट्रिक शॉक आल्याप्रमाणे तिघांना हाताला जबर धक्का बसतो.. तिघे हि बाजूला होतात आणि जोरात ओरडतात... काही वेळ दुखावलेला हात धरण्यात जातो.. आता सागर त्याचा थर्मल कॅमेरा काढून ठेवतो. एक विशिष्ट नेगेटिव्ह एनर्जी त्याला जाणवते ..प्रदीप त्याचा **Spirit Tech Directional Static Field Detector** काढतो आणि त्याला स्ट्रॉंग सिग्नल बंगल्याच्या आतून येताना ह्या **dectector** वर दिसतो..

तिघांची खात्री पटते कि ह्या बंगल्याच्या आत एक विशिष्ट नेगेटिव्ह एनर्जी असावी

सागर : "So this is it . ह्या स्पिरिट ने त्याचा अस्तित्वाची खूण दाखवलीच"...

मंदार : "मला खात्री होतीच ... पण आत कस जायच?"...

सागर (विचार करून) : "बंगला बांधलाय म्हणजे कोणीतरी मेंटेन करतच असणार" ..

मंदार : "मी सगळी माहिती काढलीये .. बंगल्याविषयी रेव्हेन्यू रेकॉर्ड मध्ये नोंद हि नाही ...आणि एक ब्रोकर कधी तरी ३ एक वर्षातून उगवतो आणि जातो असा समजत" ...

सागर : "तुझी बहिणीला गायब होऊन देखील तीन वर्ष झाली ना ... या दरम्यान कोणी आल्याच..."??

मंदार : "नाही .. पण मला सारखा आतून फीलिंग येतीये कि अजून तो दिवस यायचं ...लवकरच येईल" ..

मानव दोघांकडे पाहून म्हणतो .. "I think we can stay here a week.. पाहुयात ह्या बंगल्याचा मालक येतोय का" .. " Meanwhile आपण गेलोच तर मंदार आपल्याला बोलावून घेईलच ...काय रे"?

मंदार : "मला माझ्या बहिणीच्या बेपत्ता होण्याचा छडा लावायचाच आहे .. तुमच्या मदतीने किंवा तुमच्या शिवाय" .

सागर : "No he don't mean that"... मी तुला प्रॉमिस करतो आम्ही जास्तीत जास्त को-ऑपरेशन करू तुला ... आमचा कामच आहे मुळात अशा हौन्टेड प्लेस ला एक्सप्लोर करणे .. Don't worry.. we r with u.."

सागर ची चलाखी मंदार च्या लक्षात येते ... पण तो काही बोलत नाही .. इतक्या दिवसात कोणीतरी त्याच्या शोधाला साथ देत आहे ..

The Next Family

एक एक दिवस जातात चारी जण रोज बंगल्यावर कोणी आले आहे का नजर ठेवत असतात .. एक आठवडा उलटतो आणि एके दिवशी त्यांना एक फॅमिलीची गाडी आणि बंगला उघडल्याचा दिसते ... मंदार प्रचंड खुश होतो ..सागर आणि टीमला हि माहिती देतो. सागर मानव आणि प्रदीप आता तिघे त्या कुटुंबाला काय सांगायचं, कशी माहिती काढायची याची तयारी करतात. कारण त्यांच्या अचानक तिथे जाणं खूप विचित्र वाटलं असता आणि त्यांना चोर, घर फोडे समजून त्या कुटुंबांनी पोलिसांना बोलावलं असता..हा धोका होता; पण त्यांना काही धोका घेऊन त्या बंगल्यात जाणे भाग होते..सागर आणि त्याची टीम ह्या बंगल्यावर पोचल्यावर जर बंगल्याचा मालक असेल तर कसा बोलायचं आणि ट्रिपसाठी म्हणून आले असतील तर त्यांच्याशी ह्या बंगल्याच्या नेगेटिव्ह एनर्जी बद्दल कसा पटवायच ह्याचा विचार सुरु होतो.. त्यासोबतच त्या बंगल्यात जे स्पिरिट चे अस्तित्व त्या तिघांना जाणवले त्या संबंधी जी उपकरणे ह्या कुटुंबासमोर घेऊन गेले असते तर ह्या कुटुंबाला नाही नाही त्या शंका येऊन त्यांनी घरबाहेर काढला असता आणि मग त्यांना संपर्क करणे अवघड झाले असते. म्हणून तिघे हि त्यांची सगळी जड उपकरणे रूम वर ठेऊन जाण्याचा निर्णय करतात.

हिम्मत करून बरोबर सकाळी ११ वाजता हि मंडळी आत येतात ... बाहेरच झोक्यावर एक ११ -१२ वर्षाची मुलगी खेळात असते .. सागर आणि त्याच्या टीमची बाईक आणि पेहराव पाहून झटकन तिला समजते कि हे टीव्ही वरच्या शोज ची माणसे आहेत ..

काव्या : "**Wow!** तुम्ही घोस्ट फाइंडर मधून आला आहेत" ??

सागर : "**Yes dear..** तू इथेच राहतेस का" ?

काव्या : "नाही . आम्ही सुटी साठी आलोय" ..

सागर : "गुड! मस्त जागा आहे हि... तुझे आई बाबा कुठे आत आहेत" ??

काव्या : "हो .. पण तुम्ही इथे ? काही नवीन स्टोरी शूट करायला आलाय" ??

सागर : **Just smiles ..** "चल आत येतेस आपण बाबांशीच बोलू" ..

सगळे आत येतात. शर्मा काका ४५-४८ वर्षाचे वाटत आहेत.. त्यांच्या राहण-सहाणीवरून ते वरच्या वर्गातले आहेत असे जाणवते. त्यांना ह्या चौघांना अचानक

आलेला पाहून काही उलगडा होत नाही .. सागर पुढे होतो..

सागर : “नमस्कार काका .. आम्ही टीव्ही शो चे कलाकार आहोत .. तुम्हाला माहित असेलच” .. “**The Ghost Finder** म्हणून टीव्ही शो आम्ही करतो” ..

अनिल शर्मा : “काही कल्पना नाही ... पण मी तुम्हाला ओळखले नाही .. तुम्ही इथे कशासाठी आलात” ??

सागर : “आम्ही आमची नवीन स्टोरी शोधायला ह्या गावात आलो होतो .. हा प्रदीप , मानव, मी सागर आम्ही तिघे हा शो करतो .. आणि हा मंदार... ह्यानेच आम्हाला ह्या बंगल्याविषयी सांगितले .. आमची ह्याच्याशी नुकतीच ओळख झाली.. आम्ही गेले काही दिवस ह्या बंगल्याची पडताळणी करत आहोत ...आमच्या प्रायमरी रिसर्च नुसार ह्या बंगल्यात काही वेगळी नकारात्मक शक्ती, स्पिरिट, किंवा काही नेगेटिव्ह एनर्जी असल्याचा पुरावा आम्हाला मिळतोय... मला माहित आहे हि गोष्ट पचनी पडायला जरा अवघड आहे ..मी तुम्हाला तुमची परवानगी असेल तर तो पुरावा तुमच्यासमोर दाखवू शकतो." हे ऐकून काकांच्या कपाळावर आठ्या येतात.

सागर पुढे बोलतो : “आम्ही असे तसे टीव्ही वाले नाही.. आम्ही तसली फसवणारी लोक हि नाही ... आम्ही पॅरा

नॉर्मल स्टडी मध्ये परदेशी शिकून डिग्री घेतली आहे. आमचे सर जगप्रसिद्ध पॅरा नॉर्मल एक्सपर्टस Dougolous Rogo सोबत आम्ही कामही केले आहे .. पॅरा नॉर्मल म्हणजेच आपल्याकडे भूत, प्रेत, आत्मा म्हणतो ते किंवा unnatural entity, unexplainable events ह्याची सायन्टिफिक उत्तरे शोधायचा काम आम्ही करतो.. आम्ही मांत्रिक, बाबा, अंगारा देणारे, झाडू मारणारे मांत्रिक वगैरे भूत शोधणारे माणसे नाही. किंवा तुमच्याकडून पैसे उकळणारे देखील नाही.. आम्हाला तुमच्या घरात तुमची सुटीमध्ये डिस्टरब होईल असा शूटिंग देखील करायचा नाही. आम्ही फक्त तुम्हाला ह्या बंगल्याविषयी warning द्यायला आलो आहोत ... कारण प्रश्न तुमच्या जीवन मरणाचा आहे. मला माहिती नाही तुम्हाला हा बंगला कोणी सजेस्ट केला पण त्याचा हेतू चांगला दिसत नाहीये.. किंवा त्या माणसाला ह्या बंगल्याची फारशी माहिती नसावी.. हा मंदार ह्यानेच आधी या आड मार्गावरच्या बंगल्याचा शोध लावला.. ह्या मंदारची बहीण तीन वर्षांपूर्वी ह्याच बंगल्यातून तिच्या मुलं नवऱ्यासकट गायब झाली आहे .. पोलीस तपास झाला पण अजूनही काही मिळालेला नाहीये. पण हा मंदार हार मानायला तयार नाही. त्याच्या बोलण्यात तथ्य वाटल्यानेच आम्ही इथे आलो आणि स्वतः अनुभव घेतला.. आज तुम्हाला इथे पहिला आणि म्हणून आम्ही तुम्हाला काही गोष्टी सांगायला आलो आहोत" . अनिलः "हे पहा.. आम्ही इकडे सुटीत आराम करायला आलो आहोत. तुमचा काहीतरी गैरसमज झालेला दिसतोय. आमचा त्या मुलीशी किंवा तिच्या

नवऱ्याच्या आणि मुलाच्या गायब होण्याशी आमचा संबंध नाही. तसं असत तर पोलिसांनी हा बंगला कधीच सील केला असता.. आणि तुम्ही असे अचानक येऊन आम्हाला काय घाबरवायला आला असाल तर आम्ही अशा भूल थापांना भुलत नाही. मला तुमचा उद्देश काही वेगळाच वाटतोय"....

सागर : "काका शांत व्हा.. आमचा उद्देश वेगळा नाही. बस तुम्हाला आणि तुमच्या कुटुंबातल्या कुणालाही ह्या बंगल्यात कसलाही त्रास, वेगळी ऊर्जा, काही नेगेटिव्ह फीलिंग किंवा अस्वस्थ वाटत असेल तर घाबरू नका. आणि तातडीने ह्या बंगल्या बाहेर पडा.... आमचे हे कार्ड वाटलं तर ठेवा तुमच्यापाशी.. काही मदत लागलीच तर आम्ही गावातच आहोत" ..

अनिल : "हे पहा **Mr**"..

सागर : "आम्हाला फक्त एव्हडेच सांगायचे होते.. आम्ही निघालो" ..

आणि सागर त्याचे कार्ड टेबल वर ठेवून तिघांना सोबत घेऊन निघतो.... बाहेर पडताच त्यांच्यापैकी एक जण हळूच एक कार्ड झोक्यावर ठेवून देतो ..

शर्मा काकांची भेट घेतल्यावर चौघे जण गावातल्याच एका टपरीपाशी थांबतात... सर्वप्रथम मंदार बोलतो.. **"Finally a break through"**... "इतक्या दिवसांची प्रतीक्षा फळाला आली" ... सागर त्याला थांबवून विचारतो : "तुला काय वाटत होत रे मंदार बंगल्यात गेल्यावर" ?

मंदार : "फारस समजल नाही.. पण माझी नजर सतत वरच्या जिन्याकडे त्या पेंटिंगकडे जात होती.. जणू काहीतरी खुणावत आहे त्या दिशेने.. मनात एक प्रकारची भीती आणि एक्सइटमेन्ट होती ह्या बंगल्याला पाहण्याची.. आणि तिथून पाय निघता निघेना. माझ तुझ्या बोलण्याकडे फारस लक्ष नव्हतच मुळी... मी आपला ह्या बंगल्याला आतून जितका बघता येईल ते पाहत होतो.. पण काही विशेष आढळलं नाही. पुन्हा जाव लागेल कदाचित" ...

इथे सागर प्रदीप आणि मानव कडे पाहतो आणि खुणेनेच विचारतो.. चौघांच्या मते मंदार काही वेगळाच भासत होता. त्याचे डोळे खोल गेले होते.. चेहऱ्यावर एक अस्पष्ट हास्याचे भाव उमटले होते... तो त्या वेळेस सागरच्या बोलण्याकडे लक्ष देत नव्हताच.. पण त्याची नजर विलक्षण तीक्ष्ण झाली होती. डोळ्यात काही विचित्र भाव उमटले होते..आता या विषयी मंदारशी कोणी बोलल नाही. बंगल्यात शिरल्यावर प्रत्येकाच्या खिशात एक छोटा **EMF** डिटेक्टर होता तो सतत बीप बीप असा **vibrate** होत होता ... म्हणजेच इथे नेगेटिव्ह एनर्जी प्रत्यक्षात होती. चहा घेत घेत सागरच्या डोक्यात एक विचार येतो आणि मंदार ला दूर गेलेला पाहून तो दोघांना म्हणतो "मला वाटते मंदार अजून नवखा आहे. त्याला अजून काही अनुभव नाहीये अशा जागेचा. आज एकटं नको सोडायला आणि न

जाणो उलट सुलट झालं तर.. आज आपल्या सोबत घेऊया आणि सोबत होईल त्याला"... प्रदीप आणि मानव ला सागर ची भीती समजते आणि ते हो म्हणतात. सागर (मंदार ला उद्देशून) : "ह्या बंगल्यात नक्कीच एक खूप ताकदवर नेगेटिव्ह स्पिरिट आहे .. आम्हाला कदाचित रात्री तयारी साठी तुझी मदत लागेल.. तू आज रात्री येऊ शकतोस आमच्याबरोबर"?

मंदार : "ठीक आहे .. पण आपण करायचा काय आता? त्या शर्मा फॅमिली ला असाच वाऱ्यावर सोडायचा"?

सागर : "आपण काय करू शकतो .. माझा कार्ड तर दिलेच आहे मी .. आपण वाट पाहायची अलर्ट राहायचं" . "Hopefully! आपली गोष्ट ते काका seriously घेतील ..आता आपण तिकडे चकरा मारल्या तर ते पोलिसांना फोन लावतील ..ते नकोय आपल्याला" ...

इकडे शर्मा फॅमिली बंगल्यात मगाशी आलेल्या त्या ४ अनोळखी मुलांच्या चमत्कारिक बोलण्यावर विचार करत होते... काव्या त्यांच्या विषयी आई बाबाना सगळं सांगते.. त्यांचा काम एक्साक्टली कस चालत .. पण मंदार विषयी तिला विचारलं असता तिला नीटस सांगता येत नाही.. अनिल अजूनही साशंक आहेत .. ह्या माणसांचा हेतू नक्की आहे तरी काय .. आणि भर उन्हात येऊन अशी warning वजा समज देऊन गेलेली हि तरुण मंडळी आपल्या जीवाची

इतकी काळजी का करत आहेत.. मिसेस शर्मा मात्र काव्याच्या सांगण्यावरुन आणि त्या मुलांनी मगाशी जे सांगितले त्यावरुन त्यांच्या मनात शंकेची पाल चुकचुकते आणि जीव घाबरा करून त्या ब्रोकरला फोन करायला मिस्टरांना सुचवतात .. 'एखादा फोन करायला आणि आडून आडून माहिती काढून घ्यायला काहीच हरकत नाही' असा विचार करून काका फोन लावतात .. पण हा आता नंबर ब्लॉक केल्याचे समजते .. ब्रोकरचा इतर कोणताही कॉन्टॅक्ट नंबर नसल्याने आता शर्मा च्या चेहऱ्यावर आठी येते .. पण ते कोणालाही याबद्दल बोलत नाहीत .. दिवस जातो रात्र होते ... नेहमीप्रमाणे गोपालदास काका रात्रीचा स्वैपाक घेऊन हजर होतात .. काका संधी धरून त्यांना थांबवतात आणि विचारतात

अनिल शर्मा : "काय काका .. तुम्ही नाही जेवणार आमच्यासोबत" ?

गोपालदास : "माझ कवाच झाला" ..

अनिल : "बर ... फार छान आहे बंगला .. मला बुआ पसंत पडला .. ह्या बंगल्याचे मालक असतील ना" ?

गोपालदास : "माहिती नाही .. आपल्याला कधी भेटले नाही" ..

अनिल : “मग तुम्हाला कोणी त्या “शेटे” ब्रोकरने कामावर ठेवले का” ?

गोपालदास : “नाही .. त्याच्या अगोदर जे साहेब होते त्याच्यापासून आहे मी इथेच” ..

अनिल : “अच्छा .. छान .. साधारण किती वर्ष ह्या गावात राहता तुम्ही” ?

गोपालदास: “मी गावात नसतो काही. मी पलीकडे रानाच्या इथे वस्तीला राहतो” . “गाव जरा दूर असता ना मग इतक्या दूर येणं होत नाही माझ्याच्यानं” ..

अनिल : “हो ना .. यायला जायला उशीर होत असेल. आता रात्रीचा कसा जाणार म्हातर बुआ” ?.. “मी सोडतो तुम्हाला”

गोपालदास : “नाही . मी जाईल रोजची सवय आहे” ...

अनिल : “अस म्हणताय.. ठीक आहे .. जा .. अरे हा एक विचारायचं राहिलाच .. त्या शेटे चा नंबर असेल का तुमच्याकडे लिहिलेला ... मला हवा आहे काम आहे” ..

गोपालदास : “माझ्याकडे नसतो कोणाचा नंबर फॅम्बर.. मी येतो” .. आणि गोपालदास काका चालू लागतात...

शर्माना हि गोष्ट थोडी खटकते.. रात्र गडद होते. काव्या तिच्या रूममध्ये झोपली आहे .. आणि इकडे अनिल शर्मा आणि त्यांची बायको विशाखा दोघे निवांत झोपले आहेत.. थोड्यावेळाने तिच काळसर आकृती पुन्हा दोन्ही रूमच्या आत येते... काव्याच्या रूम मधून आत येते... काव्याला तिच्या स्वप्नात आता वरच्या मजल्यावरील तेच पेंटिंग दिसते ..तिच बाई, तेच मांडीवरील कोकरू ... तोच सुरा ... तेच रक्त खाली सांडतेय .. तेच ते विक्षिप्त हास्य आणि अंगावर उडालेले रक्ताचे थेंब ... तीच ती अंगावर येणारी भयानक आकृती .. काव्याला जाम घाम फुटतो ..

पलीकडे काव्याची आई विशाखा च्या स्वप्नात त्या त्यांच्या घरी असल्याचे दिसते. त्यांच्या स्वप्नात आजची सकाळचीच मुलें आलेली असतात . बाहेर काव्या आणि अनिल त्यांच्याशी बोलत असतात.. विशाखा आत मध्ये असते त्यांचे अस्पष्ट बोलणे तिच्या कानावर पडते तिची नजर जाते . आता हळू हळू त्यांच्या खिशातून मोठे सुरे बाहेर येतात.. खोलीत काका आणि काव्याला घाबरवत एक जण म्हणतो "आये म्हाताऱ्या, बऱ्या बोलाने सगळे पैसे, दागिने बाहेर काढून ठेव नाहीतर इथेच सगळ्यांना संपवतो " काकानीं नाही म्हणल्यावर चौघे जण त्या दोघांना घेरून त्यांच्यावर सपासप वार करायला लागतात

काव्याच्या गळ्यावरून देखील एक जण निर्दयतेने सुरा फिरवतो तिला खाली झोपावंते आणि इकडे तिकडे बघायला लागतात.....हे दृश्य पाहून विशाखाची बोबडीच वळते... तोंडातून आवाज फुटत नाही. श्वास घ्यायला त्रास जाणवतो. हि मुलें आता आतल्या खोल्या मध्ये जातात.. विशाखा हळूच कानोसा घेत बाहेर येते.. जमिनीवर अनिल आणि काव्या दोघे रक्ताच्या थारोळ्यात पडलेले असतात. आतून मुलांचा झाप झाप पावले टाकण्याचा आवाज होतो आणि एकदमच खोलीचा आकार बदलतो... काकू आता ह्याच बंगल्यात आहेत. हॉल मध्ये आहेत.. समोर जिना आहे. पण जमिनीवर दोघे काव्या आणि अनिल आता दिसेनाशी झाली आहेत.. एकदम तिचे लक्ष फ्लोअर वर सांडलेल्या रक्ताच्या थेंबाकडे जाते.. ती रेषा एकदम वरच्या मजल्याच्या दिशेने जाताना दिसते..विशाखाचे लक्ष वर जाते आणि कोणीतरी तिला वरती बोलावल्याची खूण करत आवाज येतो.. विशाखाला वाटते वरून अनिल आणि काव्याच त्यांना मदतीसाठी हाक मारत असावेत. विशाखा शक्य तितक्या हळुवारपणे पावले उचलीत वरच्या दिशेने निघते. वरती काळसर आकृती काकूंची वाट पाहतिये.. विशाखावर पोचणार इतक्यातच एक जण पाठीमागून येतो आणि खेळ खल्लास...विशाखा घरंगळत जिन्यावरून खाली येते.. काकू असहायपणे वरच्या दिशेला बघतात.. वरती अस्पष्ट अशी काळसर आकृती जाताना दिसते..

इकडे काकांच्या स्वप्नात देखील त्यांच्या वारलेल्या बायकोला बघतात.. त्याची आधीची बायको ज्योत्स्ना स्क्रिझोफेनियाची शिकार असते. तिला लग्नानंतर देखील त्याचे धक्के वारंवार येताना अनिलने स्वतः अनुभवले होते. तिच्या आजारासाठी ट्रीटमेंट घेत असताना तिला जे भास व्हायचे त्याला कंटाळूनच तीने आत्महत्या केली होती. अनिलला तिच्या अशा अचानक जाण्याने तीव्र दुःख होते. तिच्या शेवटच्या क्षणी बायकोला सांभाळण्यात आपण अपयशी ठरलो याची सल मनात कायम होती. अनिल स्वतःला कित्येक वर्षे दोषी धरत होते... त्या धक्क्यातून सावरून नवीन आयुष्याला सुरुवात केली होती. सर्व काही सुरळीत होते. आता अनिल बंगल्याच्या पायऱ्यावर बसलेले आहेत.. समोर लक्ष जाते.. आज अचानकच ज्योत्स्ना त्यांना बंगल्याच्या आसपास येरझाऱ्या घालताना दिसते... अनिल एकदम स्तब्ध होतात .. येरझाऱ्या घालत घालत ती आकृती बंगल्याच्या पाठीमागे असलेल्या विहिरी पाशी पोचते... तिच्या मागो माग अनिल धावत पोचत आहेत. तिला हाक मारून थांबवण्याचा देखील प्रयत्न करतात .. झटकन वळून ज्योत्स्ना आवाजाच्या दिशेने अनिल कडे पाहते आणि तिचा भयानक रडवेला चेहरा त्यांना दिसतो.. बऱ्याच वर्षानंतर अनिल प्रथम तिचा असा चेहरा पाहतात .. तिच साडी, तेच मोकळे सोडलेले अस्ताव्यस्त केस, तोच चेहरा, तोच डोळ्यातला अविश्वासपणा

नैराश्य , तेच दात खायची लकब , ती ज्योत्सनाच होती.. "तुम्ही , तुम्हीच मला वेडी ठरवायला निघाला आहेत... मला या यातना भोगायला तुम्हीच प्रवृत्त करताय" ."मी, मी आता माझा जीव घेते म्हणजे कायमचीच सुटका होईल .." अनिल : "ज्योत्स्ना नाही अग ऐक माझ... असा हट्टीपणा करू नकोस .. आपण बरे होऊन पुन्हा एकत्र येऊ ....मलाही तू चांगली झालेली हवी आहेस ."

ज्योत्स्ना त्याचे काहीही ऐकत नाही .. एकवार अनिल कडे मागे वळून पाहते आणि विहिरीच्या दिशेने पुढे जाते.. मागून अनिल धावत जाऊन तिचा तोल सांभाळण्याचा प्रयत्न करतात पण उशीर झालेला असतो .. ज्योत्स्ना कधीच विहिरीच्या आत अंधारात गुडूप झालेली असते.. तिची किंकाळी देखील बाहेर पडत नाही .. अनिल कठड्यापाशी येऊन तिला शोधायचा प्रयत्न करतात , हाक मारतात पण आता काही उपयोग नाही .. अनिल शेजारीच रडवेल्या चेहऱ्याने खाली बसतात .. अनिल च्या डोक्यात सतत ज्योत्स्नाच बोलणे फिरत राहते.. "माझ्यामुळे ज्योत्स्ना गेली .. मी तिच्यासाठी काही करू शकलो नाही.. मी तिला वाचवण्यात असमर्थ ठरलो .. मी नालायकच आहे .." अनिल असाच बोलत राहून हरवून जातो.. त्याला समोरच्या परिस्थितीचे भान नाही .. स्वप्न संपते .. परंतु

झोपेची अनिलवर इतकी पकड आहे कि शेजारीच पडलेल्या मिसेस शर्मा ह्यांना दम्याचा अटॅक आला आहे त्यांना श्वास घ्यायला जड जाते आहे ह्याची पुसटशी कल्पना हि अनिलला येत नाही ...

दुसऱ्या दिवशी सकाळी आवरून नाश्त्यासाठी कुटुंबीय एकत्र येतात ...मिसेस शर्मा काहीश्या अस्वस्थ दिसतायेत.. त्यांच्या चेहऱ्यावर एक प्रकारचा थकवा जाणवू लागला आहे ... कप बशी देताना , प्लेट मध्ये जिन्नस देताना, बसून उठताना , चालताना आज वेगळ्याच वाटत आहे, अशी पुसटशी शंका अनिलला येते.. .गोपालदास गेल्यावर अनिल सहज विचारतो "काय ग, काय झाल तुला एकदम? अशी आळसावलीयेस ?? बस इकडे जरा , मला बघू दे ..."

विशाखा : "काल मला रात्री दम्याचा त्रास झाला" ...

अनिल : "काय ? अग मला उठवायच होतस कि. तुझा इनहेलर कुठे होता" ?

विशाखा : "हो तशी बरी आहे मी ... तुम्ही इतके गाढ झोपला होता शेवटी मीच घेतला टेबलं मधून" ..

अनिल : "काही कारण समजत नाही .. परवा तर आलो आपण .. सांग बर"

विशाखा : “अहो काही नाही मला एक स्वप्न पडल काल.. त्यामुळे दचकले” ... “त्यात काल सकाळी जी पोरं आली होती ना आपल्याकडे ती दिसली .. मला तर मेले चोरच वाटले होते .. काय ती दाढी, जाकीट, नुसता थिल्लरपणा वाटला ” ...

अनिल : “बर .. पुढे” ..

विशाखा : “अहो आली ना ती अचानक घरात घुसून .. मी आपली आत किचन मध्ये होते.. काहीतरी करत.. आणि एकदम तुमचा दोघांचा ओरडण्याचा आवाज आला मला .. मी डोकावून पहिला तर तुम्ही दोघे हि रक्ताच्या उलट्या करत होता .. त्या पोरानीच तुम्हाला पोटात मारला होता ...मी खूप घाबरले .. ती पोरं घरात नुसती नासधूस करत होती.. इकडे शोध तिकडे शोध .. आणि मला काय करावं, कोणाला बोलवाव सुचेना... हळूच बाहेर आले हॉलमध्ये.. मला कोणीतरी वरच्या खोलीकडे बोलावत असल्याचा आवाज आला .. बहुदा काव्याच असावी .. मी वर जायला निघाले तोच पाठीमागून कोणीतरी माझ्याच पाठीत टोकदार घुसवले .. आणि मी आपली घरंगळून पडले .. मी आपली धापा टाकत हाक मारण्याचा झोपेतून उठण्याचा प्रयत्न करतच होते.. मला जोर जोरात श्वास घ्यायला लागत होता.. मी जागी झाले आणि तुम्हाला हाक मारली; पण तुम्ही अगदीच गाढ झोपला होता. कशीबशी टेबलाच्या

कप्प्यातून इनहेलर काढून तोंडाला लावला.. नशीब म्हणून हा सापडला .. काल काही खरा नव्हत माझ" ...

अनिल : "O my god.. चल, आजच आपण डॉक्टरांना फोन करून कळवूयात .. तु गोळ्याचा पाउच बरोबर घेतला होतास का" ?

विशाखा : "हो, हो आता नाश्ता करून गोळीच घेणार होते ..तुम्ही नका काळजी करू मी आता बरी आहे" ...

अनिल : "नाही नाही .. काहीतरी वेगळच वाटत आहे मला. बर तू आधी जाऊन गोळी घे .. मी फोन करतो डॉक्टरांना" ..

विशाखा : "उठते .. जरा दम धरू का नाही" ...

अनिल "सावकाश उठ , पण आधी घे .." असे सांगत मोबाइल फोन वरून डॉक्टरांना फोन करायला अनिल घराबाहेर पडतात .

अनिल काही वेळाने घरात येतात तेव्हा काव्या टीव्ही वर एक डान्सचा कार्यक्रम पाहत बसली होती .. काकू अंघोळीला गेल्या होत्या ..सोफ्यावर बसून अनिलच्या डोक्यात आता विचार चक्र सुरु झाले ... कालचे ते मुलांचे येणे , तो संभाव्य धोका सांगणे, विशाखाला

पडलेले स्वप्न आणि त्यानंतरचा अस्थमा अटॅक, हाक मारूनही न उठलेले अनिल , त्यांना स्वतःला पडलेले विचित्र स्वप्न ह्या साऱ्याचा एकूण काहीतरी संबंध येत होता ... तेव्हढ्यात काव्या टीव्ही चा आवाज मोठा करते टीव्ही वर तिची आवडती सिरीयल 'आहट' चालू झाली.. हे बघताना काव्या चे डोळे विलक्षण बोलके होतात.. तिच्या नजरेत एक प्रकारची ओढ़ , भीती साठून येते...अतिशय एकाग्रतेने ती बघत होती .. हे पाहून अनिल सहज म्हणतो "काय भूत खेताच घाणेरड बघत बसलीयेस .. आण तो रिमोट .. हे काही खर असता का काव्या" ? काव्या " पपा, अहो खरंच असता ते .."

अनिल : "असू दे .. पण आता पाहू नकोस असला .. ममा ला काल अस्थमाचा अटॅक आला होता माहितीये" ?

काव्या (वळून) : "का काय झाला अचानक" ?

अनिल : "अग तिला काहीतरी स्वप्न पडला म्हणे .. त्याची तिला खूप भीती वाटली " ..

काव्या : "खर कि काय" ...

अनिल तिची रिऍक्शनची वाट पाहत काही बोलत नाही.. थोड्यावेळाने चॅनेल चेंज करतात आणि आपोआप काव्या त्याचाशी बोलते .. "'पपा मला पण एक स्वप्न पडल होत.

काल ... खूप **dangerous** होता" ... आणि काव्या तिच्या स्वप्नाबद्दल अनिलला सांगते ...अनिल ला हे ऐकून थोडा धक्का बसतोच ..

थोड्यावेळाने जेवणाची वेळ होते.. गोपालदास जेवणाचा डबा घेऊन येतात.. आजही अनिल गोपालदास काकांशी बोलण्याचा प्रयत्न करतो आणि बोलता बोलता अनिल त्यांना 'हा डबा कुठून घेऊन आलात' अस खोदून खोदून विचारतो पण गोपालदास फक्त 'मावशी कडून घेऊन येतो' असच उत्तर देतात; 'त्या मावशीची खानावळ कुठे', 'ते स्वतः कुठून येतात' ह्याची अपेक्षित उत्तरे पुन्हा मिळत नाहीत ..

दुपार होते.. अनिल आता सहज बंगल्याच्या आजूबाजूला फेरी मारतात. आधी झोका, प्लेग्राऊंड पाशी फेरी मारताना त्याला पायापाशी सागर चे व्हिसीटींग कार्ड दिसते.. अनिल सहज ते कार्ड बघतात, "पॅरानॉर्मल एक्सपर्टस" असं त्यावर लिहिलेल असत. ते कार्ड बघत अनिल पुढे बंगल्याच्या पाठीमागे असलेल्या विहिरीपाशी येऊन थांबतात.. इथेच त्यांना स्वप्नात ज्योत्स्ना उडी मारताना दिसली होती. कालच्या स्वप्नातली विहीर आणि इथल्या विहिरीमध्ये एक साम्य असल्याचे जाणवते. आता तरी ही विहीर झाडाझुडपांनी बंद होती.. बंगल्याच्या पाठीमागची

जागा मोकळी होती . दूर दूर पर्यंत मानवी वस्ती नव्हती.. अनिल दर्शनी भागाकडून गेट कडे जातात ... बाहेर पडून वरच्या दिशेला चालायला लागतात .. चालत चालत अनिल पुन्हा ब्रोकरला फोन करतात; पण अद्यापही 'हा नंबर अस्तित्वात नाही' असेच उत्तर येते ... वाटेत कुठे काही घर, पान-टपरी, दुकान मिळते का बघत बघत बराच वेळ पुढे चालतात.. बऱ्याचसे अंतर गेल्यावर त्यांच्या लक्षात येते कि हा सगळा जंगल एरिया ने वेढलेला परिसर आहे .. पुढे दूरवर एक असाच बंगला त्यांना दिसतो.. जवळ पोचल्यावर आणि काही बंगले दिसतात.. एके ठिकाणी थांबून वॉचमन ला सहज चौकशी करतात आणि त्यांना पाहून वॉचमन बुचकळ्यात पडतो.. अनिल हरवला आहे काय अशी शंका हि त्याला येते .. वॉचमन म्हणतो कि इथून पुढेच बंगल्याची आणि गावाची वस्ती सुरु होते.. ह्या उतारावरूनच गावातली लोक कामाला ,मजुरीला, डबे द्यायला येतात .. ते जिथून आले तिथून फक्त जंगल एरिया सुरु होतो.. आड वळणाला कोपऱ्यात एक बंगला आहे पण तो कायम बंदच असतो.. गोपालदास नावानी कोणी ओळखीचं गावात नाहीये.. अशी सर्व धक्कादायक माहिती घेत अनिलला आता एकूणच सगळ्या गोष्टीची शंका यायला लागते .. आता त्याच्या मनात नाही नाही त्या भीती येत आहेत .. एक गोष्ट नक्की होते कि हा बंगला आणि ते गोपालदास काका काही बरोबर वाटत नाही..

अचानकपणे ब्रोकरचा फोन सतत स्विच ऑफ येणे, मुलांनी येऊन अशी ताकीद देणे कदाचित मुलांचे बोलणे खरे असू शकेल .. कारण ती आली नसती तर इतक्या गोष्टी आणि बारकाईने ह्या छुप्या भानगडी अनिलला समजल्याही नसत्या. अनिल ला आता ह्या साऱ्या प्रकारावर शंका येऊ लागली आहे. अनिल फोन करून सागर ला बोलावून घेतो .. अनिलला आता त्याच्या मुलीची आणि मुख्य म्हणजे आजारी बायकोची खूप काळजी वाटते.. आणि अनिल शक्य तितक्या जोरात चालत जवळ जवळ धावतच बंगल्यापाशी यायला लागतो ..

संध्याकाळचे ६ :३० वाजलेले आहेत.. सूर्य कधीच मावळतीला गेला आहे . बंगल्यात आल्यावर हाश हुश करत अनिल आत शिरतात . . आणि समोरचं दृश्य पाहून अनिलच्या अंगावर काटा चढतो .. मिसेस शर्मा जमिनीवर पडल्या आहेत आणि कसतरी उभ राहायचा जोर लावून प्रयत्न करतायेत.. त्यांना शक्ती मिळत नाहीये .. जोरजोराने श्वास घायचा त्यांना अतोनात त्रास होतोय ..काव्या अनिलला पाठमोरी उभी आहे .. तिचे केस विखुरलेले आहेत.. तिच्या हातात आईचे इनहेलर आहे .. ती ठामपणे उभीच आहे... तिची संवेदना जागच्या जागी गोठली आहे.. आईची हाक कानात पोहोचतच नाहीयेत .. अनिल आल्याची चाहूल लागताच अत्यंत सावधपणे काव्या मान वळवते .. काव्यात

एक भीतीदायक बदल झाला आहे.. तिचे डोळे... तिचे डोळे म्हणजे साक्षांत आग ओकत असल्याप्रमाणे लालबुंद झाले आहेत.. चेहऱ्यावर एक विक्षिप्त हास्य गोळा झाले आहे.. आई ची वेदना जणू ती आनंदाने उपभोगतीये.. अनिलला हा काय प्रकार चालू आहे हे कळायला वेळ जातो .. मिसेस शर्मा एक किंकाळी फोडतात आणि त्या ठिकाणची निर्जीव शांत भंगते... अनिल त्या क्षणी भानावर येतो.. आणि कुठूनसे बळ येऊन आत काव्याकडून इनहेलर जबरदस्तीने ओढतच विशाखा अशा हाका मारतात.. तिला आपल्या मांडीवर घेऊन हळू हळू इनहेलर देतात... काही वेळाने योग्य श्वास घेतल्यावर मिसेस शर्मा जागेवर येतात... अनिलची नजर काव्याकडे जाते. पण काव्याकडे पाहून काका अवाक होतात.. त्यांना काव्याच्या डोळ्यात एक विलक्षण राग दिसतो.. बदल्याची भावना दिसतेय. असं रूप पाहून काकाच्या तोंडातून शब्द फुटत नाही. ते मिसेस शर्माला घेऊन मागे मागे सरकतात. काव्याचा चेहरा आणखीनच विक्षिप्त होत चाललंय.. ती त्यांच्या दिशेने पाऊल टाकत येतीये.. एक विकृत छाप तिच्या चेहऱ्यावर येतीये.. हळू हळू मूठ आवळत काव्या दोघांच्या दिशेने पाऊल टाकतेय.. इतक्यात दारावरती सागर आणि त्याचे मित्र येतात. दार उघडलेले बघून आणि काव्याच्या पाठमोऱ्या आकृतीकडे भेदरलेल्या नजरेने टक लावलेले अनिल आणि विशाखा दोघांना बघून सागर व प्रदीप

धावत जाऊन त्याच्या पाशी पोचतात .. दोघांची नजर काव्याकडे जाते.. काय ते लालबुंद आग ओकणारे डोळे, तोंडाला पुसलेले रक्त ! काव्याचा चेहरा विलक्षण विकृत दिसत होता.. आता कोणत्याही स्पष्टीकरणाची आवश्यकता नव्हती... प्रदीप हळू हळू अनिल आणि मिसेस शर्माला शोधत त्याच्या कॅमेराचा फ्लॅश ऑन करतो . आजूबाजूतून वाट शोधात सागर देखील टॉर्च ऑन करतो आणि त्याला समोरच काव्याचे काळेठिक्कर डोळे दिसतात. ती त्याच्याकडेच चाल करून येते आहे . क्षणार्धात सागर सावध होतो आणि त्याचा मोबाईल चा टॉर्च तिच्या डोळ्यावर मारतो. अचानक आलेल्या प्रकाशामुळे काव्याचे लक्ष भरकटते... आणि ती हाताने तो प्रकाश झोत अडवू पाहते ... सागर मोठं मोठ्याने काव्याला आवाज देतो ... थोडेसे धाडस करून तिच्या जवळ जातो आणि काव्या च्या मुस्काटात २ -३ वेळा मारतो .. काव्या जिन्याच्या कठडयाला धडकून बेशुद्ध पडते ....हीच संधी साधून सागर काव्या ला उचलून घराबाहेर पडतो ...

अनिल आणि मिसेस शर्मा काव्याला बेशुद्ध पाहून गलितगात्र होतात ... प्रदीप आणि मानव त्यांना सांभाळतात आणि प्यायला पाणी देतात ... दोघे आई -बाप मुलीची हि अवस्था पाहून रडू लागतात ... सागर अनिल कडून दाराला कुलूप लावून अंगणात येतो .. अनिल आणि

मिसेस शर्मा अजूनही काव्याच्या काळजीत आहेत... काही वेळाने काव्या शुद्धीवर येते.. सागर तिला तिची ओळख, आई बाबा कुठे, थोड्या वेळापूर्वी काय झाल असे प्रश्न टप्प्याटप्प्याने विचारतो... काव्या तिची ओळख देते, पण मगाशी ती कुठे होती आणि घराबाहेर कशी आली याची तिला पुसटशी आठवण राहत नाही...फक्त डोके जड झाल्याची आणि मरगळ आल्याची भावना मागे राहते.. सागर काव्याला खायला ग्लुकोझ बिस्किट्स देतो... आणि वळून अनिलला म्हणतो "काका आता इथे थांबण्यात काही अर्थ नाहीये.. उगाच विषाची परीक्षा होतीये .. तुम्ही इथून तात्काळ निघायला हव...आज तुम्ही आमच्या सोबत थांबलात तरी हरकत नाही" अनिल विशाखा कडे पाहतो .. दोघे काव्याकडे पाहून नजरानजर करून सहमती दर्शवतात. काही वेळाने प्रदीप आणि मानव त्यांच्या बाईक घेऊन बंगल्यावर येतात आणि हे तिघे हि काव्या, अनिल आणि विशाखा यांना बाईक वर बसवून त्यांच्या रूमकडे रवाना होतात ..

गावात दिवे लागणीची वेळ होऊन रस्त्यावर शुकशुकाट एव्हाना झालेला असतो. रात्रीची वेळ असल्याने गावातली खानावळ लवकर बंद होतात आणि त्यामुळे प्रदीप आणि मानव गावाच्या बाहेर लागून असलेल्या ढाब्यातून जेवायला फ्राईड राईस पार्सल घेऊन येतात .. आता सगळे जण गोल करून बसलेले आहेत ... अनिल हळू हळू

एक एक हकीकत सांगायला सुरुवात करतो .. म्हणजेच सागर आणि त्याचे मित्र आल्यापासून रात्री त्या घरी तिघांना पडलेली विचित्र स्वप्न, गोपालदास काकाची अर्धवट खरी उत्तरे आणि संशयास्पद वागणे, अनिलचे वॉचमन सोबतचे बोलणे आणि बंगल्याबद्दल व गोपालदास बद्दलची धक्कादायक माहिती , ब्रोकर चा फोन सतत बंद लागणे, विशाखा आणि काव्याचा तो चमत्कारिक प्रसंग , (इथे हा प्रसंग ऐकताना काव्याच्या डोळ्यातून आपोआप पाणी सुटते, तिची आई तिला कवटाळून शांत करते) अशा बारीक सारीक गोष्टी सर्व जण कान देऊन लक्षपूर्वक ऐकतात ..

आणि शेवटी अनिल म्हणतात " पोरांनो केवळ नशीब म्हणून तुम्हाला देवाने यायची बुद्धी दिली .. का कुणास ठाऊक पण तुम्ही दिलेली **warning** ने मी थोडा जागरूक झालो, तुमचे कार्ड ऐनवेळेस हाताशी आले .. पुढच सगळं आपल्याला माहितीच आहे .. **Thanks a lot** .. तुमच्या मुळे आम्ही सुखरूप तिथून बाहेर पडू शकलो .." काही वेळाने सर्व जण मिळून जेवण उरकतात. प्रश्न आजच्या रात्रीचाच असल्याने तिघे जण फारसा विचार करण्यात वेळ दवडत नाही. आणि त्यांच्याच खोलीत झोपायची सोय करायला लागतात.

आजची रात्र काव्याला छोट्या रूममध्ये ऍडजस्ट करून काढावी लागणार होती. एकमेकांना ऍडजस्ट करण्यात

फारसा त्रास कोणाला पडला नाही. हि वेळ अशा छोट्या छोट्या गोष्टींमध्ये विचार करण्याची नव्हतीच.. मनाला एक आधार मिळाला होता आणि शांत झोप यायला तो पुरेसा होता... दोन दिवसांच्या चित्र विचित्र आणि अनपेक्षित धकाधकीच्या अनुभवाने काव्या मनाने दमली होती आणि कधीच गाढ झोपी गेली.. तिला कदाचित वाईट स्वप्न देखील पडले असावे.. कदाचित ती स्वप्नात त्या बंगल्यातच अडकलेली असावी... पण सकाळी उठल्यानंतर ते पार विसरून गेली.

सकाळी चहा येतो... ताजे तवाने होऊन सर्व जण हलक्या फुलक्या विषयावर चर्चा करतात... मंदार नुकताच रूम वर आला. तो देखील कालच्या प्रसंगाबद्दल किंवा बंगल्याबद्दल जाणून बुजून बोलणे टाळतो.. अशातच एकमेकांच्या ओळखी, नातेवाईक , गाव अशी आजूबाजूची माहिती घेऊन वातावरण नॉर्मल ठेवण्याकडे मुलांचा कल ठेवतात. एकप्रकारे मिसेस शर्मा आणि काव्याला मानसिक आधार देत होते... माणसाला भीती मधून बाहेर यायला कोणाच्या तरी विश्वासाची, तात्पुरती का होईना परिचित वातावरणाची अत्यंत आवश्यकता असते ...मग परक्या माणसातही परकेपणाची भावना थोडा वेळ बाजूला होते.

इथे सागर जरा निराळ्याच विचारात बसला होता. आज परत त्या बंगल्यात जायची हिम्मत करायची; का आणखी

काही घडेल याची वाट पाहायची..... बंगल्यात जे काही आहे त्याच्या रंगत आलेल्या खेळात आम्ही काल आयत्यावेळेस येऊन भंग पडला होता .. अमेरिकेत असताना बऱ्याच घोस्ट हाऊस मध्ये जाऊन चित्र विचित्र आवाज, हलणाऱ्या किंवा अस्ताव्यस्त पडणाऱ्या वस्तू, दारे, खिडक्या, कपाटे, चालू बंद होणारे दिवे, बिथरलेली माणसे, अशी अनेक अनुभव त्याला होता .. पण इथे काहीतरी वेगळीच मेख आहे .. इथे कोणत्याही प्रकारे हलणाऱ्या वस्तू , जोरात सुटलेला वारा त्यामुळे दारांची, खिडकीची होणारी आदळ आपट, विचित्र घोंगावणारे आवाज , विजेचे छद्मी खेळ, स्पिरिट चे अचानक समोर येऊन भीती घालणे, अनोळखी सावल्या असला घाबरावणारा प्रकार नव्हता... इथे काव्या आपोआप पसेज्ड झाली होती.. मिसेस शर्माच्या हकीकतीनुसार त्या आतल्या रूम मध्ये वाचत बसल्या होत्या .. काव्या बाहेर टीव्ही बघत होती .. बराच वेळ झाला तिचा आवाज येईना, म्हणून त्या उठून बाहेर आल्या तर त्यांना दिसले काव्या त्यांच्या इनहेलर शी खेळात होती.. आई ला बघताच काव्याचा चेहरा बदलला, तिच्या हातातून रक्त टपकत होते जे ती अतिशय चवीने विक्षिप्त चेहरा बनवत चाटत होती. मधूनच हसत होती. काव्या ला काय झाले अस बघण्यासाठी त्या पुढे आल्या आणि एकदम त्यांचा श्वास कोंडल्यासारखा वाटला.. एक अतिशय उग्र प्रकारचा वास बाहेरून आला होता.. त्यांना मळमळीची तीव्र भावना आली.

अस हि वाटत होत कि कोणीतरी त्यांचा श्वास रोखून धरला होता ...आता त्या काव्या सारख्या भासणाऱ्या आकृतीकडे पाहून इनहेलर मागत होत्या .. काव्या एकदम स्तब्ध झाली होती . चालता चालता काकू अडखळून धाडकन तिच्या पायाजवळ कोसळल्या.. काव्याचे निर्जीव डोळे ज्यात कोणतीच भावना नव्हती ते काकू कडे एकटक रोखून बघत होते.. त्यांच्या यातनांचा मनापासून आनंद घेत होते.. काकू कधी श्वास सोडून देतील याची आतुरता आता काव्या च्या देहबोलीवरून दिसत होती... काकूंच्या खाणा खुणा, आवाज, शरीराची उठण्याची धडपड काहीही काव्यापर्यंत पोहोचत नव्हता. एव्हढ्यात अनिल आले आणि जिवाच्या आकांताने ते काकू ना हाक मारतात ... काही क्षण गेले असतील काव्या अनिल कडे आणि काकूंकडे पाहून विलक्षण धुसफुसत होती .. तिने आता दोघांना संपवण्याचा विचाराने एक एक पाऊल पुढे टाकत येत होती ...

यातील कोणतीही घटना काव्याला आता आठवत नाही. सागर आल्यानंतरही काव्याचे लालबुंद दिसणारे डोळे , विखुरलेले केस , रागाने दाताने चावून ठेवलेले ओठ हे पाहून तो काही प्रमाणात भेदरला होता .. पण त्या शक्तीने काव्याचा पूर्ण ताबा घेण्यापूर्वीच सागर काव्याला बाहेर काढलं होत. आणि मोठा अनर्थ टाळला होता..

आता अनिल काकांच्या आणि मिसेस शर्माच्या हकीकतीवरून समजलेल्या आणि इतर जाणवलेल्या गोष्टीवरून एक तर्क करण्याची चर्चा चौघांमध्ये होते.. गोपालदास काकाचा चमत्कारिक अस्तित्व, ब्रोकरचा फोन बंद असणं, तो वॉचमन, तिघांना पडलेली घाणेरडी स्वप्न , काव्याचा बदललेला स्वर हे सगळंच एकूण संबंधीत आहे अस एकत्रितपणे मान्य होता. मंदारला अशी शंका येते कि हा जो कोणी ब्रोकर आहे त्याचा फोन अचानक बंद होणं आणि अजूनही तसाच असंण.. त्यामुळे अनिल काकांवर कोणीतरी सूडाच्या भावनेने मुद्दामहून त्यांना ह्या असल्या शापित बंगल्यात आणण्याचा षडयंत्र रचलेला असणार.. आणि ब्रोकर करावी हे काम लीलया पार पाडलं.. अनिल देखील ह्या शक्यतेवर विचार करतात आणि सांगतात " आमच्या दुधाच्या धंद्यामध्ये चढउतार, कॉम्पिटिशन असतेच; पण इतक्या टोकाला सहसा कोणी जाणार नाही". अनिल पुढे सांगतो कि हा ब्रोकर अधिक करून भविष्य, ज्योतिषी विषयावर खास अभ्यास आणि रस घेतो. त्याच्या उपायामुळे त्यांना काही अंशी लाभ देखील झाला होता. एक दिवस बोलता बोलता अचानक ह्या ब्रोकरने ह्या बंगल्यात काही दिवस आरामात राहण्याची सोय केली आहे असे म्हणाला आणि ठराविक दिवसांनी अनिलच्या मागे आठवण करून द्यायला लागला. अनिल देखील त्याच्या सततच्या आग्रहामुळे आणि अनायसे एक फॅमिली ट्रिप होईल ह्या हेतूने बंगल्याची गोष्ट कबूल

करतात. अनिल च्या मते खर म्हणजे ब्रोकिंग हा त्याच्या पार्टनर चा खरा व्यवसाय पण तो सोबत ह्या दिनकर ला ही ठेवतो .. लकी चार्म म्हणून ..

आता त्या बंगल्यात जायची शक्ती आणि हिम्मत मिसेस शर्मा आणि काव्याला नव्हती .. त्यामुळे असे ठरते कि दुपारच्या ट्रेन ने काव्या नि शर्मा त्यांच्या घरी जातील आणि एकूण परिस्थिती पाहून बंगल्यातले सामान कसे बाहेर घेता येईल यासाठी अनिल मुलांसोबत इथेच थांबतात.

सागर त्याच्या टीम सोबत चर्चा करून बंगल्यात सकाळी जाण्याचा बेत ठरतो ... आपला सामना कोणत्या ताकदवान शक्तीशी होणार आहे याची काहीशी चुणूक कालच्या प्रकारावरून थोडी बहुत आली होती .. त्यामुळे एकदम बेसावधपणे बंगल्यात घुसण्याच धाडस अवाजवी ठरल असत. सागर आणि त्याच्या मित्रांनी पाहिलेल्या किंवा अनुभवलेल्या आजवरच्या सर्व प्रकारापेक्षा हि जरा नवीन प्रकारची शक्ती आहे. इथे जायला लक्ष आणि मन दोन्ही तीक्ष्ण आणि ताब्यात ठेवायलाच हव...एक वेळ माणसाच्या पिसाळलेल्या आत्म्याशी बोलून, शांत समजावून त्याला मुक्ती देऊन ती जागा स्वच्छ करता येईल .. परंतु अशी शक्ती जिची सुरुवात कशापासून झाली, तिला काय पाहिजे, तिची कमकुवत बाजू काय, तिचा इथे

थांबण्याचा आणि माणसांना ठार करण्याचा इरादा काय, इत्यादी प्रश्न अनुत्तरित होते. एक प्रकारची नरभक्षक असुरी ताकद आहे.. हा बंगला नसून एक गुहा आहे. एका खुनशी वाघाची गुहा.. शिकार नाही मिळाली तरीही ती ताकद आपोआप संपेल का कि एखाद्या बुरशी प्रमाणे तग धरून आपल्या येत्या सावजाची आतुरतेने वाट पाहिलं असा कसलाही अंदाज बांधता येत नव्हता.. ती असुरी ताकद आपल्यात चुकून आली होती का आपण त्याच्या जागी भरकटून सापडलो होतो कधीही बाहेर न पडण्यासाठी, हे सारे प्रश्न अनुत्तरित होते.... मंदारच्या सांगण्याप्रमाणे ह्या बंगल्याचे मालक जाऊनच ८० वर्षे उलटली ... त्या पूर्वीचे वारसदार धनदांडगे होते .. पण शेवटच्या वारसानंतर ह्या बंगल्याची देखभाल कोणी आणि कशी केली हे कोडे आहे. इतक्या वर्षात भिंतींना साधे तडे देखील जाऊ नयेत ... कि कुठे पाणी गळू नये .. हि वास्तू दिसते त्याप्रमाणे नक्कीच नाही. हा आपल्यासारख्या सामान्य कुवतीच्या पुढे उभा केलेला मुखवटा होता. त्याचे खरे रूप अजूनही बाहेर आले नव्हते. आणि हा जो कोणी ब्रोकर आहे त्याला देखील भेटणे आवश्यक होते .. अनिल घरी गेल्यावर त्याचा बंदोबस्त करू असेच म्हणत होते .. त्यालाच सर्व प्रश्नांची उत्तरे माहिती असतील असा कयास बांधून सागर आणि टीम आजचा दिवस राखून ठेवत दुसऱ्या दिवशी जायची तयारी करू लागतात..

अनिल आणि त्याचे कुटुंबीय ज्या प्रकारे त्यांच्या स्वप्नात घडलेले प्रसंग सांगत होते त्यावरून हि जी कोणी नेगेटिव्ह एंटीटी आहे त्यावरून ती इव्हील स्पिरिट माणसाला चित्र - विचित्र हरकती करून लक्ष वेधून घेण्याचा फंदात पडतच नाही.. ह्या असुरी शक्तीचे खरे स्वरूप आणि खरी ताकद अजून पूर्णपणे बाहेर आली नाहीये ... माणसाला कसलीही जाणीव हि न देता छुप्या पद्धतीने असुरी शक्ती त्याच्या कोशात शिरते. अगदी सूक्ष्म पातळीवर, सावज घेरून ठेवल्याप्रमाणे हि शक्ती एका कोपऱ्यात दबा धरून बसते. आणि अनपेक्षितपणे बेसावध असताना हि शक्ती त्याच्या मनाच्या खोलवर लपलेल्या कटू, वाईट अनुभवांना वाट मोकळी करून देतो.. आपल्या सावजाची नस आणि कुवत नीट ओळखून त्याला त्याच्या सुरक्षेची खोटी जाणीव करून अत्यंत बेसावध क्षणी त्याच्या समोर असे विदारक चित्र उभा करतं एक एक करत त्या माणसाच्या आयुष्यातले सर्वात कठीण प्रसंग त्याच्या डोळ्यासमोर येतात. आपोआप त्या माणसाचा गिल्ट कॉन्शिअस जागा होतो. आणि त्या माणसाचे सेल्फ डिफेन्सस आपोआप गळून पडतात...एकदा ह्या पायरीवरून खाली घसरल कि मग खाली यायला सीमा नाही ...काय खर आणि काय भास याची लहान रेषा धूसर जाते आणि हीच त्या असुरी शक्तीचा वापरायची पद्धत

हि कोणा माणसाच्या अतृप्त आत्म्याची शक्ती होती का शेकडो वर्षे आपली अतिरेकी भूक तहान शमन करणारी, आणि जिच्यावर काळ, हे जग कशा- कशाचा हि परिणाम न होणारी अघोरी माया आहे हे शोधून काढणे जिकिरीचे होते.

Welcome Home !!

दुसऱ्या दिवशी सागर आणि टीम त्यांचे घोस्ट फाइंडर ची सर्व उपकरणे जसे कि, **Thermal Camera, Electronic Voice Phenomenon (EVP) meter, Electromagnetic Field detectors, Temperature sensor, Ghost Meter EMF Detector, Tri field EMF meter, Camera Roll, Batteries, first aid kit,** हत्यार म्हणून सूरी, हातोडे, पाणी, मोबाइल, मास्क, सर्व घेऊन बंगल्याच्या दिशेने कूच करतात .. अनिल ने दिलेली किल्ली अद्याप त्यांच्या कडे आहे .. आज ते बंगल्यात जाऊन सैतानी शक्ती कुठे आहे त्याचा स्रोत कुठे , आजूबाजूचा परिसर नीट तपासणे, हा बेत आखतात... बंगल्यापाशी आल्यावर सागर बाईक लावून त्याच्याकडच्या बॅटरी वर ठेवतो... प्रदीप आणि मानव त्यांचा **EMF Detector** मीटर ऑन करतात .. सिग्नल दाराच्या आतून येतोय .. मानव कॅमेरा सांभाळतो आणि रेडी करतो..

दारा समोर येताच सागर ला दाराच्या वर एक विशिष्ट राक्षसी आकृतीचा मास्क दिसतो ...सागर त्याला न छेडता खिशातून किल्ली काढून कुलुपाला लावतो आणि दार उघडते एका मागोमाग एक असे सर्व जण आत येतात ..घरात एक बोचणारा गारठा पसरलाय... समोरचा अंदाज यायला बॅटरी च्या प्रकाशात प्रदीप लाईट्स ऑन करतो .. दोन दोन च्या ग्रुप मध्ये जाऊन खोल्या पाहणे आणि त्या इव्हील स्पिरिट ची ऍक्टिव्हिटी नक्की कुठून येतेय त्याची तीव्रता किती आहे हे शोधून काढण्याचे ठरते आणि शर्माच्या विनंती नुसार त्यांचे बंगल्यातील जमेल तितके सर्व सामान घेऊन येणे असा एकूण प्लॅन ठरतो.. चौघे जण आत पाऊल टाकतात. घर निस्तेज असत. चौघे आपापल्या बॅटऱ्या ऑन करतात. सागर -मंदार वरच्या रूम कडे, प्रदीप आणि मानव खालच्या रूम कडे जातात ..घरात सामान अस्ताव्यस्त पडलेले होते.. सागर बॅटरीच्या प्रकाशात जास्त चौकस राहून एक एक पाऊल जिन्याने वर होतो.. मंदार देखील बारकाईने

इकडे तिकडे बघत त्याच्या बहिणीची एखादी तरी खूण मागे राहिली का ते शोधत सागरच्या मागोमाग वर येतो. वरचा मजला जास्त अंधारी वाटतोय.. आज प्रथमच त्याला बंगला आतून न्याहाळता येत होता. त्याला इतक्या दिवसांनी बंगल्याच्या आत येता आल, म्हणून मनात मोठी खळबळ होत असते .. एका विचाराने मंदारच्या चेहऱ्यावर हसू उमटते. मंदारच्या येण्याची चाहूल लागताच एक विशिष्ट नजर मंदारवर लक्ष ठेवायला लागते.. त्याला एकटा गाठून ताबा मिळवण्यासाठी... सागर मंदारच्या पुढे असतो. सागर त्या पेंटिंग पाशी पोचतो.. नॉर्मल आहे. सागर डावीकडच्या खोलीकडे वळतो .. मंदार मागे राहून पेंटिंगकडे बघायला लागतो .. काही क्षण असेच जातात . कोपऱ्यातून एक विशिष्ट लहरींचा आवाज गुण- गुणत मंदारच्या कानापाशी कुजबुजत येतो. मंदार ला त्या पेटिंग शिवाय दुसरे कसलेही भान नाही. त्या पेंटिंग मध्ये तो एकाग्र होतो.. एकदम आजूबाजूचा पॅसेज बदलतो... पेटिंग आता हळू हळू बदलत आहे.. पेंटिंग मध्ये आता मध्यम आकाराची माणसे एका बाईचा गळा चिरून हत्या करत आहेत...

ती मुलगी दुसरी कोणी नसून मंदारचीच बहीण असल्याचे त्याला दिसते.. मंदारच्या शर्ट वर रक्ताचे शिंतोडे उडतात. इतक्यात पाठीमागून तिचा मुलगा 'आई' म्हणून जोरात हाक मारतो आणि तिच्या दिशेने पळत येतो.... पण त्या कठोर निर्दयी मुलांना त्या इवल्याश्या जीवाची काही पर्वा होत नाही.. त्याच्या गळ्यावरून सूरी फिरवताना त्या माणसाचा चेहरा अधिक भयावह दिसतो .. तो लाल रक्ताळलेला सूरा खाली टाकून थंड डोक्याने निघून डावीकडे जातात... मंदारला ह्या दृश्याचा खूप धक्का बसतो. आता त्याच्या पाठीमागे काहीतरी कुजबुज सुरु होते आणि एक काळी आकृती गोळा व्हायला लागते.. मंदार असहायपणे त्या मुलीकडे पाहत राहतो. ती मुलगी तो सुरा उचलते आणि सरपटत सरपटत मंदारच्या हातात देऊन त्याला डावीकडच्या दिशेला हात दाखवते... ' आपल्या बहिणीचा आणि तिच्या ७ वर्षाच्या मुलाचा संशयास्पद मृत्यू असाच झाला असावा, तो इथेच झाला' असे वाटून आता मंदारच्या डोक्यात एक तिडीक उठते..

मंदारच्या डोळ्यासमोरून ती व्यक्ती समोरच्याच रूम मध्ये गेली आणि एकाएकी मंदारच्या मुठी वळतात. ती आकृती मंदारच्या पाठीमागे पुन्हा कानात कुजबुजते .. मंदार आता सुडाने आणि रागाने भयंकर पेटला आहे .. त्याला काही करून त्याच्या बहिणीच्या मृत्यूचा बदला घ्यायचाय. इतक्या दिवसापासून मनात धगधगत भरलेली आग आज बाहेर यायची वेळ झाली आहे .. मंदार तो सुरा उचलतो आणि डाव्या खोलीकडे निघतो..

इकडे सागर वरच्या कोपऱ्यात एक कॅमेरा फिट करत असतो त्यात त्याला १५ एक मिनिटं पुरतात. सागर खाली उतरतो ... का कुणास ठाऊक पण हि खोली जास्त जिवंत वाटते... इथे प्रत्येक जागेत काहीतरी दडवून ठेवल आहे. विशेष करून काही नकारात्मक ऊर्जा असल्याची भावना सागर ला येते .... जणू काही इथे पृथ्वीचा अंत आहे... ह्या रूमला पॉसिटीव्ह व्हाइब्स शिल्लकच नाही ..

जणू दाराच्या मागे साक्षात मृत्यूचं आपली वाट पाहत उभा आहे...आणि इतक्यात मंदार धाडकन दार उघडतो.. सागर चमकून त्याच्या दिशेने बघतो .. मंदार सुरा उगारतो आणि सागरच्या अंगावर धावत येतो. तो चाकूने वार करून इजा पोचवणार इतक्यातच सागर त्याची सॅक पुढे करतो. निशाणा हुकतो.. मंदार हार न मानता पुन्हा वार करतो. आता सागर मंदारच्या ह्या रुपाकडे विस्फारलेल्या नजरेने बघतो. का, कसे, काय, असा विचार करण्याची वेळ नाही आता आपला बचाव करणे आणि मंदारच्या हातून तो सुरा हिसकावणे हाच विचार पुढे घेऊन सागर मंदारचा नेम चुकवत अत्यंत चपळाईने बॅटरी मंदारच्या डोळ्यावर मारतो. मंदार बॅटरीच्या झोतामुळे काही क्षण आंधळा होतो आणि शून्यात बघतो.. हीच संधी साधून सागर त्याच्या हातातून सुरा खेचतो, मंदारला खोलीबाहेर ढकलतो आणि त्याच्या पाठीमागे दार बंद करतो. सागर मंदारला खेचत खेचत त्याला आवाज देत, तोंडावर थप्पड मारत त्याला शुद्धीत आणण्याचा प्रयत्न करतो.. मंदारच्या डोक्यात अजूनही मारण्याची खुमखुमी आहे... सागर पूर्ण शक्तीनिशी त्याला जिन्यावरून ढकलून देतो.. मंदार जोरात आदळून शेवटच्या पायरीपाशी घरंगळत येतो.. खाली प्रदीप

आणि मानव दोघांच्या गोंगाटामुळे जिन्यापाशी येतात. सागर ओरडतो, “मंदार ला पहिला घराबाहेर काढा!”. प्रदीप आणि मानव मंदार ला अक्षरशः उचलून बंगल्याच्या बाहेर जवळ जवळ फेकून देतात... त्याच्या तोंडावर पाणी मारून त्याला शुद्धीत आणतात ... इकडे सागर देखील त्याच्या स्वतःच्या आणि टीमचे सामान घेऊन बंगल्याबाहेर येतो. थोडा श्वास घेत घेत प्रदीप आणि मानव ला म्हणतो “वरती काहीतरी आहे... मला **exactly** सापडला नाहीये पण डावीकडच्या खोलीत नक्की जाणवतंय ... तुम्हाला काही जाणवल खाली ?”

प्रदीप “ खालच्या खोलीत फारस काही जाणवला नाही पण आमचा **Tri field EMF** मीटर इथे देखील सिग्नल देत होता .. बहुदा ते निद्रिस्त असाव” ...

मानव : “कपल रूम मध्ये एक मोठा कपाट आहे ज्याला अर्धाकृती आरसा आहे .. कपाटावर काही स्क्रॅचेस पडलेले दिसले.. पण काच एकदम नव्यासारखी स्वच्छ होती. अजून थोडावेळ आत गेलो तर **exactly** समजेल आणखी काही सापडतय का ..मी खालचा शूट केलाय .. प्लेन रिडींग वाटतंय” ..

सागर : “ओके .. आपण दोघे हि वरच्या खोल्याकडे जाऊन बघूया थोड्यावेळाने .. प्रदीप तू मंदार ला बघ आणि इथेच थांब . आम्ही तुला १५ मिनिटांनी सिग्नल देतो.

आमचा सिग्नल नाही आला तर लगेचच आत ये, आम्ही वरच्या मजल्यावरच काम करणार आहोत" ..

प्रदीप : "ओके .. मी खाली वाट बघतो तुमची" ..

प्रदीप ची बॅटरी घेऊन मानव आणि सागर आत येतात.. मानव ने त्याच्या कॅमेरा ला नवीन रोल बसवला आहे.. त्याला आता कोणत्याही परिस्थितीत हि संधी सोडायची नाहीये ...पायऱ्या वरून वर जात समोर त्यांना एक पेंटिंग दिसते... मानव कडे कॅमेरा असल्याने तो पुढे जातो.. प्रथम उजवीकडची रूम खोलायचा प्रयत्न करतात पण ती लॉक असते .. म्हणून पुन्हा पॅसेज मध्ये शूटिंग चालू होता. मानव त्याचे रेकॉर्डिंग ऑन ठेवतो . सागर ही सोबत असतो. तो देखील मगाशी मंदार थांबला तस त्या पेंटिंग पाशी उभा राहतो ... मानव जाणीवपूर्वक सावकाश शूट करतोय... सागर देखील पेंटिंग चे बारकावे टिपून घेत आहे.. आता सागरच्या मागे एक काळसर आकृती जमा होते..

इकडे बाहेर प्रदीप आणि मंदार गाडीवर बसलेले असतात. मंदारला हळू हळू शुद्ध येते आणि प्रदीप त्याला पाणी देतो. मंदार त्याला आताच्या घडलेल्या प्रसंगाबद्दल विचारतो आणि प्रदीप आत मध्ये त्याच्या सोबत घडलेला प्रसंग सांगतो. सागर ने ऐन वेळेवर मंदार ला जाग केल्याचे आणि शुद्धीवर आणल्याचे प्रदीप सांगतो. मंदार ला स्वतःवर विश्वासच बसत नाही...

त्याला सागरवर वार करण्याचे दुःख होते ...पण अचानक सुरा कुठून आला आणि तो गायब कसा झाला ह्यावर प्रदीपला देखील उत्तर मिळत नाही.

मानव इथे हळू हळू पेंटिंग वरून पुढे सरकत डावीकडे असलेल्या खोलीकडे जातो .. मानव सागरला दार उघडायला लावतो . आत रिकामी अंधारी खोली आहे. चारी बाजूंनी अंधार, साधी खिडकी देखील नाही .. मानव आत पाऊल टाकतो .. सागर खोलीच्या बाहेर उभा आहे. त्याच्या पाठीमागे काळसर आकृती पूर्ण जमा होते आणि एकदम सागर च्या विचाराची दिशा बदलायला लागते. सागर : "बिचारा मानव कधी फारस कोणाशी उलट बोलत नाही .. देईल ते काम करतो" ... " आता हि कॅमेरा पकडून रिकाम्या खोलीचा चित्रण करतोय मूर्ख कुठला".. "आणि खाली तो घाबरट प्रदीप आता आत ज्यायच म्हणलं तर हातभार फाटली असती त्याची ... ह्यांच्यात मीच एकटा कसा धीट . परवा देखील काका ना मीच बाहेर काढल.. माझंही कौतुक करत होते" ... "आणि ह्या दोघांना वाटला कि त्यांनाच शाबासकी मिळतेय .. भिका्रडे कुठले" .. "पॅरा सायकोलॉजी शिकण्याची आयडिया माझी, **Dougholos Roko** कडे जाऊन प्रशिक्षण घेतल मी, इथे टीव्ही वाल्यांशी करार केला मीच , माझ्या बोलण्याने हा शो करायला चॅनेल ने परवानगी दिली, टीव्ही वर माझा

चेहरा दिसतो म्हणून लोक बघतात" ... "आणि ह्या दोघांना का बर माझ्या इतका प्रसिद्धी मिळते ? साधे नोकर तर आहेत माझ्या हाताखाली काम करणारे... सगळं प्लॅनिंग मी करतो आणि हाजी हाजी करायला येतात नुसते .. बघ बघ कसा मूर्खासारखं इकडे तिकडे फिरतोय" ... "मी काय म्हणतो त्या प्रदीप ला हि बोलावून घेऊ का ... त्यांना इथेच कोंडतो आणि कुठेतरी कॅमेरा बसवून सोडून जातो .. थोड्यावेळाने येतो त्यांची बॉडी घ्यायला .. आईशपथ **TRP** काय वर जाईल .. मी नॅशनल सेंसेशन बनेन ... **TV** जगतात आजवर लाईव्ह डेथ दाखवायचे धाडस कोणी केला नाही"... "भारतात सोडा, अमेरिकेत हि असला थरार कधी घडला नाही .. येस हे असच करूयात .. आता ह्या मुर्खाला आतच डांबून ठेवतो.." सागर : "अरे मानव , आतलं नीट शूट कर, खूप अंधार आहे ना... वाटल तर टॉर्च ऑन कर . अजून तरी काही वंगाळ दिसत नाहीये .. आपण रात्री चक्कर मारुयात .."

मानव : "रात्री म्हणजे ? आपला ठरला होता ना दिवस उजेडी यायचा ते .."

सागर : "हा आता मी सांगतो ना तुला ... ह्या खोलीत नीट चेक कर "..

मानव शेजारी लाईट चे बटन मिळते का पाहतो... तेवढ्यात सागर जोरात मानव च्या डोक्यात बॅटरी मारतो.. मानव रूम मध्ये बेशुद्ध पडतो; सागर बाहेरून त्या रूमला कडी लावतो. सागर शांतपणे प्रदीप ला कॉल करून आत बोलावतो. प्रदीपला सागरच्या आवाजाने शहारा येतो.. तो मंदारला गाडीवर सोडून हातात त्याचा हातोडा घेऊन आत पाऊल टाकतो.. आतमध्ये सागर त्याची वाट बघत असतो. प्रदीप वर बघताच सागर वरून ओरडतो "अरे लवकर चढ ना, वरती ये हा मानव फार विचित्र वागतोय". प्रदीप वर येतो. सागर त्याला खुणेनेच दाराची कडी दाखवतो बाहेरची कडी बघून प्रदीप हळू हळू दार उघडतो .. आणि आत बघतो तर मानव खाली जमिनीवर आडवा पडलेला होता.. जसा प्रदीप दार उघडतो त्या क्षणी सागर त्याला डोक्यावर मारून आत ढकलून देतो.. प्रदीप धक्का बसून आत पडतो.. आणि सागर म्हणतो : "आतच सडत बसा फुकट्यांनो.. हा माझा शो आहे... आता उद्याच येतो तुमच्या बॉड्या उचलायला ." आणि रूम पुन्हा बाहेरून बंद करतो.. प्रदीप ला काही सुचेनासे होते. अचानक बसलेल्या मारामुळे थोडस बधिर झाल्यासारखे वाटते.. मागे वळून बघतो तर सागर ने दार लावलेले असते. प्रदीप मानव कडे बघतो आणि त्याला उठवायचा प्रयत्न करतो. मानव आता हळू हळू डोळे उघडून जागा होतो.. बाहेर सागर आता स्वतःच्याच तंद्रीत आहे .."येस येस येस!"सागर स्वतःच्याच फुशारकीत खाली उतरतो.. अन दारापाशी पोचताच त्याला एकदम लक्षात येते कि मंदार पण

बाहेरच आहे.. त्याला कसा सोडू.. म्हणत नाईलाजाने तो त्याला पुन्हा फोन करतो आणि अत्यंत काळजीच्या स्वरात बोलतो "मंदार, अरे प्रदीप आणि मानव वरच्या खोलीत अडकलेले आहेत. तू ताबडतोब आत ये मला मदतीची गरज आहे...

इकडे बाहेर स्वतःला सावरत असलेल्या मंदारला सागर च्या फोन ने खडबडून जाग येते . हातापायातले बळ एकदम येते आणि लगबगीने तो शेजारी खाली पडलेली जड बॅटरी घेऊन बंगल्यात प्रवेश करतो... सागर मंदारला दार उघडतो. सागर मंदारला घेऊन वर येतो .. सागर चा हावभाव काहीसा बदललाय , त्याचे डोळे लाल होत आहेत , त्याचा आवाज देखील जड झाला आहे .... पण मंदारला आता त्या दोघांना सोडवायचा असल्याने ह्या गोष्टी चटकन त्याच्या ध्यानात येत नाहीत ..

इकडे खोलीत बंद असलेल्या मानव आणि प्रदीप दोघे बाहेर मोठमोठ्याने आवाज देत सागरला मंदारला बोलावण्याचा प्रयत्न करतात.. पण त्यांचा आवाज बाहेर पोचू शकत नाहीये. जणू त्यांचा आवाज ह्या खोलीमध्येच कोंडल्यासारखा आत फिरतोय.. आता एक एक करत हातोडीने, लाथा-बुक्कीने दार तोडायचा, उघडण्याचा प्रयत्न करतात. पण हाताला एकदम झिनझिन्या येऊन त्यांना एक धक्का बसतो आणि ते दूर फेकले जातात...प्रदीप थोडा दम खाऊन मानवाला म्हणतो "मला म्हणाला, हा माझा शो आहे. आता आत बसा सडत..

उद्या तुमची शरीर न्यायला येतो"... "म्हणजे ह्या गद्दाराचा आपल्याला इथे कोंडून आपला बळी द्यायचा ह्याचा इरादा दिसतोय".. मानव इकडे तिकडे बघतो आणि कोपऱ्यात त्याला एक कॅमेरा दिसतो.. मानव म्हणतो : "सागर मगाशी वर आला होता ना मंदारसोबत.. तो बघ कॅमेरा लावलाय त्याने"... "म्हणजे हा खरंच आपल्याला धोका देतोय रे"... " साल्याने बरोबर प्लॅन करून आपल्याला इथे बंद करून गेलाय." प्रदीप आणि मानव दोघे त्या कॅमेरा कडे पाहून विचार करत असतात. त्यांना अजूनही विश्वास बसत नाहीये कि सागर आपल्याशी असा वागेल.. मानव: "अमेरिकेत कित्येक घरात असेच अडकलो होतो तेव्हा कधीही असा धोका देईल असं क्षणभर वाटला नव्हता". प्रदीप : "कोणाची बुद्धी कधी फिरेल काही सांगू शकत नाही.. एकदा बाहेर पडू दे मग दाखवतो ह्याला"... अचानक खोलीत कुठूनशी हवा आत शिरते आणि प्रदीप आणि मानवच्या कानात शिरून कुजबुजते. प्रदीप आणि मानव काही क्षण गुंग होतात... आणि एकदम त्यांच्या विचाराची दिशा बदलतेच... डोळ्यात एक सुडाची भावना पेटून उठते.. दोघे एकमेकांकडे पाहतात.. त्यांचे विचार जुळतात.. आता त्यांना काय करायचंय हे नेमकं समजलंय... प्रदीप खालचा हातोडा उचलून हातात धरतो... मानव मानेनेच खूण करतो.. दारापाशी कोणाचीतरी हालचाल त्यांना आतून जाणवतेय

वर चढत मंदार सागरला ते पेंटिंग दाखवून त्याला त्या विचित्र अनुभवाबद्दल सांगतो .. "अरे मगाशी मी ह्याच पेंटिंग कडे पाहत भारावून गेलो .. जणू काही हे खर-खुर पेंटिंग आहे .. ह्यातला जग आणि आपलं जग ह्यात काहीच फरक नाही... पेंटिंग मध्ये मला माझ्या बहिणीसारखी एक बाई दिसली .. तिच्यावर तुमच्या सारख्या दिसणाऱ्या मुलांनीच हल्ला करून ठार मारली आणि समोरच्या रूम मध्ये निघून गेले असं दृश्य दिसलं.."

सागर : "अरे रे .. फार भयानक दिसतोय हा भूत... इथेच त्याचा वावर दिसतोय बहुदा . मला वाटते ह्या दरवाजा मागेच असलं पाहिजे ते" ..

मंदार : "आता दोघांना कस बाहेर काढायचं?"

सागर : "आहे ना ह्यांना वाचवायचा एकच मार्ग आहे " असे म्हणून सागर त्याचा बेशुद्ध करायचा डार्ट काढून दाखवतो ... "तू फक्त दार उघड मी बरोबर नेम लावतो. "

इकडे आतल्या खोलीतून प्रदीप आणि मानव दोघे बाहेर सुरु असलेल्या हालचालींची चाहूल घेतात आणि प्रदीप म्हणतो "हे बघ मंदार आता दार उघडेल ...तू पुढे हो आणि सागर वर ह्या हातोडीने वार कर. मी मंदारला घेऊन बाहेर पडतो... आणि आपण सागरला आत मध्ये बंद करू कायमचंच". मानव : "येस जन्माची अद्दल घडेल त्याला.... आला मोठा शहाणा.."

असं म्हणत मानव त्याच्या हातात हातोडी घेतो ... एका क्षणात दार उघडते आणि दार उघडताच सागर मंदारला प्रदीपवर ढकलून देतो आणि डार्ट चा नेम समोर धरतो.. प्रदीप आणि मंदार ला हे अनपेक्षित होते... पण दाराच्या कडेला असलेला मानव विद्‌युत वेगाने सागरच्या हातावर हातोडा फेकतो आणि त्याला जखमी करतो... सागर च्या हातून डार्ट निसटतो आणि मानव बाहेर येऊन तो फेकून देतो आणि सागर वर बसतो...आत प्रदीप मंदार ला घेऊन बाहेर येतो आणि मानव ला ओरडतो "हाण त्याला सोडू नको असा..." आणि प्रदीप देखील सागर ला मारायला धावतो.. इथे अचानक हातोडी लागल्याने आणि मानवने धरल्याने सागर बिथरतो... पण अजून त्याच्या अंगातली रग काही गेली नव्हती.. सागर मानव चे मुक्के चुकवत त्याला धरण्याचा प्रयत्न करतो तोच पाठी मागून प्रदीप देखील सामील होतो... इथे मंदार ला हा काय प्रकार चालू आहे हे समजायला काही वेळ लागतो... मंदार आता तिघांकडे पाहतो आणि तिघेही रानटीपणे एकमेकांना मारत आहेत.. तिघांचे डोळे कसलेसे लाल बुंद झाले आहेत. आणि मंदार ला एकदम समजते कि ह्या तिघांना कसलीतरी धुंदी झाली आहे... मंदार मध्ये पडतो आणि तिघांना एक एक करत दूर ढकलण्याचा सावरण्याचा प्रयत्न करतो. पण तिघे जण अजून चेकाळून मारामारी सुरु ठेवतात. तिघांची विखारी दृष्टी आणि विचित्रपणे आक्रस्तावलेले चेहरे आणि अधून मधून चेकाळण्याचे आवाज पाहून मंदार ला जरा भीती वाटते.

'काय करू' असं विचार करतच एकदम त्याला खाली पडलेला कॅमेरा दिसतो आणि त्याचा फ्लॅश ऑन करून प्रदीप आणि मानव च्या डोळ्यावर पडतो. अचानक आलेल्या ह्या प्रखर प्रकाशाने दोघांचे डोळे दिपतात.. दोघे जण डोळे चोळत अस्वस्थ होतात आणि बाजूला थांबतात. मंदार सागर च्या डोळ्यावर देखील असाच मोठा फ्लॅश मारतो. सागर डोके धरून खाली पडतो. तिघे जण कसे बसे चाचपडत खाली बसतात. मंदार तिघांना हाका मारतो. मानव आणि प्रदीप नशेत असल्याप्रमाणे उत्तर देतात. सागर ला तोंड धरून विचारल्यावर तो अर्धवट शुद्धीत बरळतो.. मंदार हा प्रकार बघून तातडीने सागर ला त्याच्या खांद्याचा आधार देत जिना उतरतो. आणि घराबाहेर नेऊन ठेवतो. प्रदीप आणि मानव देखील जिन्यापाशी अडखळत थांबलेले असतात. मंदार दोघांना जवळ जवळ खेचत घराबाहेर पडतो.. आणि सागर च्या खिशातून किल्ली घेत मंदार कसबस दाराला कुलूप घालतो... बाहेर काही काळ तिघे जण डोकं ताळ्यावर यायची वाट पाहतात... काही वेळाने गुंगी उतरून भानावर येतात. सोबत आणलेले पाणी घेत तिघे हि जण शुद्धीत येतात. काही वेळाने बंगला सोडून चौघे बाईक वरून बाहेर पडतात आणि गावाच्या दिशेने निघतात. वाटेत मंदार ला त्याच्या रूम वर सोडून तिघे आपापल्या रूम वर परततात.

आजच्या भयानक अनुभवाने एक गोष्ट अधोरेखित झाली होती कि त्या बंगल्यातल्या नकारात्मक, असुरी शक्तीने सागर, प्रदीप, मानव आणि मंदारची दुखरी नस बरोबर शोधली होती .. वरच्या मजल्यावरील ती खोली नक्कीच मायावी, चमत्कारिक होती .. वर वर पाहता एकदम रिकामी खोली .. त्यात साधे टेबल किंवा कपाट काही काही नव्हते .. पण काही उग्र स्वरूपाच्या घुसमटलेल्या भावनांनी ती जागा व्यापली होती...मनावर खूप मोठे दडपण आल्यासारखी, आतून कोणीतरी पोखरल्याची भावना, काहीतरी विशिष्ट जाणीव येत होती; पण ती नेमक्या शब्दात मांडता येण्यासारखी नव्हती .. दाखवण्यासारखी खचितच नव्हती .... **EMF** मीटर वर स्ट्राँग सिग्नल येत होता पण ते संपूर्ण घरात येत होता.. 'ते' नेमकं कुठे लपून बसले आहे ह्याचा पत्ता नव्हता ... खोली रिकामी होती पण तरीही नकारात्मक ऊर्जेने भारलेली होती.. चौघांच्या अनुभवावरून एक समान धागा मिळाला तो ह्या बंगल्यात जे स्पिरिट आहे ते माणसाच्या मनाला त्याच्या दुर्बल अगर कमजोर बाजूंना अचूक ओळखू शकते... त्याच्या नेगेटिव्ह वाईब्जला प्रोत्साहित करते .. एक प्रकारचे नकारात्मक चित्र माणसाच्या डोळ्यापुढे बिंबवते . त्याला काही दुष्कृत्ये करायला भाग पाडते ... माणूस शुद्धीत सुद्धा स्वतःच्या नेगेटिव्ह विचार रोखू शकत नाही , इथे तर स्वतःच्या आणि बाहेरच्या नेगेटिव्ह वाईब्ज शी सामना आहे... आणि हीच गोष्ट त्या असुरी शक्तीची ताकद वाढवते.

रूम वर परतल्यावर कोणी कोणाशी बोलत नाही.. प्रदीप आणि मानवच्या डोक्यात सागरच्या हेतूविषयी अजूनही किंचितशी शंका आहे. पण बंगल्यात घडल्या प्रकाराबद्दल कोणी बोलत नाही. कदाचित इतरांच्या बाबतीत घडलेला प्रकार त्यांच्या बाबतीतही घडला असू शकतो, त्यामुळे दोघे हि सागरला आता बोलण्याचं टाळतात. प्रदीप आणि मानव देखील मगाशी घडलेल्या घटनांचा बारकाईने विचार करतात. प्रदीप आणि मानव त्या रूममध्ये बंद असताना त्याच्या सुप्त, अस्पष्ट जाणवणाऱ्या काही संवेदना जाग्या झाल्यासारखे भासले. कशाचा तरी वावर वरच्या रूम मध्ये होता आणि कोणीतरी एकटक त्यांच्यावर नजर ठेवून त्यांच्या हालचालींची नोंद घेत होत.. एरवी अस स्पिरिट आल्याची खूण त्यांना जाणवायची. किंबहुना अशी खूण ते स्पिरिटच द्यायच. इथे मामला जरा वेगळा होता.. इथे ते दबा धरून बसल होत. बारकाईने विचार करताना असा लक्षात आलं कि संपूर्ण बंगल्यात एक विशिष्ट प्रकारचा उग्र वास सतत पसरला होता... पण त्याचा पुरावा काही मिळत नव्हता.. ना वर ना खाली.. कसल्याही वेगळ्या खाणा-खुणा त्यांच्या अपेक्षेप्रमाणे नव्हत्या. सागर आतल्या रूम मध्ये पडला होता.. बाहेर प्रदीप आणि मानव काही वेळ चर्चा करतात आणि दोघांना असे वाटते कि त्यांच्या शोसाठी

चॅनेल च्या **TRP** साठी हवं तसे प्रकार ह्या बंगल्यात होत नाहीयेत .. चित्र विचित्र आवाज , वस्तूचे हवेत उडणे, सामान गायब होणे, लाईट्स ची बटणे ऑन ऑफ होणे, रक्ताचे सडे मिळणे किंवा कोणतीतरी अनोळखी सावली दिसणे , अशा एरवी दिसणाऱ्या आणि स्वतःचे अस्तित्व जाणवून देणारे आत्मे, तशा गोष्टी इथे घडत नाहीयेत .. इथे सरळ सरळ माणसाच्या मनावर घाला देऊन त्याच्याकडून दुष्कृत्ये होतात .. काही जणांना हा अंधविश्वास वाटेल काहींना खोटा, बनावटी, फेक विडिओ वाटेल. त्यामुळे इथे थांबून अजून त्या बंगल्यात घोस्ट फोटोग्राफी करण्यात फारसे स्वारस्य नाही अशी चर्चा दोघांमध्ये होते ...सागर उठला कि त्याला सांगून इथून हलणे व्यावहारिक होईल असा विचार करून दोघे झोपी जातात.

इकडे मंदार देखील आजच्या घडल्या प्रकाराने मनाने बिथरला आहे. जर ह्या तिघांना इतकी सावधता बाळगून त्या बंगल्यात असा अनुभव येऊ शकतो तर माझी सौम्या आणि निखिल तर या साऱ्या प्रकाराला अगदीच अनबिज्ञ होते. आणि मंदारच्या मनात वाईट शंका येऊन तो हताश होतो. ' असा काय मोठा गुन्हा झाला होता कि त्यांना असलं मरण यावं' या विचाराने एकटाच रडत रडत मंदार किल्लीशी चाळा करत बसला होता. आता त्याच्या डोक्यात फक्त बदल्याची भावना वाढायला लागली. पुन्हा त्या बंगल्यात जाऊन सैतानाचा काय तो एकदा सोक्षमोक्ष लावूनच यायचा

आणि तीच खरी त्या तिघांना श्रद्धांजली असा विचार डोक्यात पक्का होतो...त्याच्या गावाकडल्या ओळखीतून कोणत्यातरी तांत्रिकामार्फत ह्या बंगल्याच्या सैतानी शक्तीचा नायनाट करायलाच हवा होता....असा विचार करत मंदार खोलीत येरझाऱ्या घालतो. त्याला इथून निघून लवकरात लवकर हा उद्योग मार्गी लावायचा होता...

सागर आतल्या खोलीमध्ये पहुडलाय.. त्याच्या डोक्यातही विचारचक्र सुरु आहे.. पण ह्या सगळ्या घटनाक्रमावर तो एका वेगळ्याच दृष्टीने विचार करतोय.. त्याच्या आयुष्यात हा पहिलाच अनुभव होता ... त्याच्या रुटीन कामात , अशी कोणती इव्हील स्पिरिट घरात असतील तर त्यांना अनोळखी माणसे, अपरिचित माणसे नको असतात, त्यामुळे ते कायम अशा माणसांना घराबाहेर कस घालवता येईल या प्रयत्नात असत. निरनिराळ्या ट्रिक्स वापरून घाबरवत असत... पण इथे उलटी परिस्थिती होती .. ह्या शक्तीला माणसांना बंदिस्त करून त्याच्या ताब्यात ठेवायचा आहे .. हि इव्हील स्पिरिट स्वतःच्या अस्तित्वाची जाणीव नकळत करून देते ... ही इव्हील स्पिरिट त्या बंगल्यात अडकून राहिलेली नाही किंवा तिला मुक्ती नकोच आहे... मंदारची बहीण असो कि अनिल शर्माचा अनुभव त्यापैकी कोणीही त्या शक्तीचे काही वाकडे केले नव्हते ..ते केवळ अनभिज्ञ राहिले.. सत्य परिस्थिती माहित नसल्याचा आणि त्यांच्या गाफीलपणाचा गैरफायदा घेऊन ही इव्हील स्पिरिट

माणसाला हळू हळू वश करते आणि त्याचे भक्ष बनवते.. त्यामुळेच त्या परिसरात स्पिरिटच्या अस्तित्वाचा इतका स्ट्राँग सिग्नल येत होता..पण ह्याच्याशी कसे लढायचे... आपण नक्की कशाचा शोध घेत आहोत... आपल्याला कोणाची मुक्ती हवीये; त्या इव्हील स्पिरिटला कन्व्हिन्स करायचे कि नायनाट करायचा.. सागर च्या मनात एक विचार असा येतो, हि रक्तपिपासू , दुर्लक्षित असलेली जागा स्वचछ करणे भाग होते.. नाहीतर अशा अनेको सौम्या आणि निखिल सारखी निष्पाप लोकांचा ह्या वखवखलेल्या वस्तू कडून बळी घेतला जाईल.. ह्या इव्हील स्पिरिटशी लढण्याची आपली शक्ती अपुरी ठरली.. मुळात हे आपल्या आवाक्याबाहेरचं काम आहे असं सागरला वाटत.. त्याला सामना करायला एक्सपर्टची गरज होती.. जे अशा स्पिरिट्स शी दोन हात करू शकतील आणि ज्यांच्यात ताकद आहे.. सागरच्या डोळ्यासमोर एकच नाव येत... पण ते सध्या इथे नाहीत.. त्यांना इथे घेऊन यावं लागेल. तोपर्यंत ह्या बंगल्याशी पंगा घेणं महागात पडेल.. स्वतः सोबत इतरांचा हि जीव धोक्यात येईल... असा विचार करतच सागर झोपी जातो..

सकाळ होते आणि प्रदीप आणि मानव येतात आणि सागर ला चहा चा कप देऊन उठवतात...काही वेळाने दोघे त्यांचा इथून हलण्याचा मनसुबा बोलून दाखवतात.

सागर : "हम्म.. मलाही तसाच वाटतंय.. पण आधी मला मंदारशी थोडं बोलून यायचंय" ... "एक काम करा मी त्याच्याकडे जाऊन येतो तोपर्यंत इथला रेंट फॉर्मॅलिटी आणि आपला बुकिंगच बघून घ्याल प्लिज"... प्रदीप आणि मानव त्याच्याकडे नुसता बघत बसतात.... सागर च्या लक्षात येते आणि तो म्हणतो "आणि हो काल मी तुम्हाला चुकून त्या रूम मध्ये कोंडल, त्याबद्दल सॉरी... मी शुद्धीत नव्हतो"... प्रदीप आणि मानवला सागरच्या या बोलण्याने थोडे समाधान होते. मनातली शंका पुसली जाते.. सागर उठतो आणि आवरायला निघतो...

सागर मंदारला फोन करून त्याच्या रूम वर येतो.. शेवटी कुलूप त्यानेच लावलेले होते .. किल्ली घेण्याच्या निमित्ताने मंदारशी बोलून निरोप घेऊ यात अशा रोखाने तो जातो .. कालच्या प्रसंगातून मंदार ने देखील काही काही तर्क लावले असतील त्यामुळे अंदाज घेत घेत त्याला सावध करून मग पुढचा बेत आखण्याचा सागर ठरवतो.

डोअर बेल वाजते. सागर आत येतो .. काही वेळ दोघे बोलत नाही .. शेवटी असह्य होऊन सागर म्हणतो "हे बघ मंदार मला माहिती आहे तू काय विचार करतोयस ते" .. "जे तुझ्या बहिणी सोबत झाल तुझ्या मते ते कदाचित चांगला झाल नसणार .. पण आपण चौघे आत जाऊनही

अनुभवापलीकडे प्रत्यक्षात बाकी काही हाती लागल नाहीये" ...

मंदार : "म्हणायचंय काय तुला" ?

सागर (एक मोठा श्वास घेत) : "तुझ्याकडे त्या ब्रोकरचा नंबर आहे ना .. जरा फोन ट्राय करून बघ नशिबाने लागला तर त्यातून काही मार्ग निघतोय का" ..

मंदार त्याचा फोन काढून चेक करतो .. नंबर मिळतो ..

सागर : "हे बघ त्याला अस सांग कि तुला एक जणांकडून हा नंबर मिळाला आहे . आणि त्या प्रॉपर्टी पर्चेस संबंधी बोलायचे आहे .. डायरेक्ट सांगू नकोस पण गावाच्या पलीकडे असलेल्या बंगला शोधात आहेस असे पटावं त्याला".

मंदार २ -३ वेळा फोन ट्राय करतो पण आऊट ऑफ सर्विस लागतो .. मंदार अनिल शर्मा ना फोन करतो त्यांच्याकडून समजते कि हा ब्रोकर बाहेरगावी गेला आहे कधी येणार माहिती नाही. मंदार थोडं विचार करून म्हणतो : "कदाचित हा ब्रोकर याच गावी आला असणार.. कदाचित ह्या बंगल्यातल्या स्पिरिट ने जीव घेतलेल्या माणसांची बॉडी तिथेच कुठेतरी अडगळीत पडलेली ती साफ करायला... इतके दिवस तो ब्रोकर

बिनबोभाट काम करत असणार; कारण बॉडी कोणाला सापडत नव्हती .. अगदी पोलिसांना देखील आसपास कुठे रक्त, वास , काही मिळाल नसणार. आपल्याला देखील आतून काही नमुने मिळाले नव्हते.. मी बंगला नेहमी चांगल्या स्थितीत बघितलंय .. बाहेरून आणि आता तुमच्याबरोबर आतूनही" ..

सागर त्याचा तर्क बघून म्हणतो "हम्म .. possibly. एक काम करू आपण उद्या जाऊन येऊ बंगल्यावर.. थोडी रिस्क घेऊच.. आत माझा कॅमेरा लावून ठेवला आहे तिकडे कदाचित काही रेकॉर्ड झालेलं असू शकेल".... सागरचे हे बोलणे होऊन तो मंदार चा निरोप घेतो. आणि तातडीने उठून रूम वर येतो.. मंदारशी झालेला बोलणं प्रदीप आणि मानव ला सांगतो.. दोघे थोडं विचार करतात...

प्रदीप म्हणतो : "म्हणजे तुला म्हणायचंय तो जो कोणी ब्रोकर आहे तो बंगल्यात आल्याचा आपल्याला त्या कॅमेरात दिसू शकेल ? काय बोलतोयस" ??

सागर : "हे बघ तसही आपल्याला कॅमेरा आणायला जावंच लागणार होता कि नाही... आणि धरून चाल त्यात तो ब्रोकर नाही दिसलं पण रेकॉर्डिंग तर सापडू शकेल ना...we might get lucky..".

The CareTaker

कालच्या अनुभवावरून अस ठरवलं जात कि बंगल्याच्या दारवरच बाइक्स आडव्या करून ठेवायच्या . खाली एक जण उभा राहून दार लागणार नाही अशी खात्री करेल. वरच्या खोलीत दोघे जण दारापाशी दार घट्ट धरून उभे राहतील आणि एक जण कॅमेरा काढून बाहेर येईल. शक्य तितक्या जलद वेगाने ह्या सर्व गोष्टी करणे भाग होते .. प्रत्येकाने स्वतःजवळ एक बॅटरी घेतली होती... ह्यात जरा जरी फरक पडला आणि बंगल्यात अडकून राहिलो तरी हि शेवटची भेट ठरणार होती . ठरल्याप्रमाणे सकाळी १२ च्या सुमारास चोघे जण तयारी करून बंगल्याच्या गेट पाशी येतात.. त्यांना बंगल्याचे दार उघडे दिसते .. चौघांना आश्चर्य वाटते... दारावरती कसला तरी राक्षसचा नवीन मुखवटा लावलेला होता .. आणि खाली कलश होता... बंगल्याबाहेर कोणतीही गाडी दिसत नव्हती कि पडदे उघडलेले नव्हते. म्हणजेच कोणी नवीन फॅमिली व्हेकेशनसाठी नक्कीच आली नसणार .. हळू हळू आवाज न करता सगळे बंगल्याच्या दारापाशी गोळा होतात .. आणि अचानक आतून मोठा आवाज करत एक जण जिन्यावरून खाली धावत येतो.

आणि वेड्यासारखा बंगल्याच्या दाराबाहेर पडतो...ह्या माणसाच्या अवतारावरून हा कोणीतरी तांत्रिक, मांत्रिक असावा असा कयास सागर लावतो.. अजूनही चौघे त्या माणसाच्या समोर आलेली नाहीत .. धापा टाकत टाकत तो माणूस गुस्श्यात म्हणतो "अरे चांडाळा, मीच सापडलो का रे तुला बळी द्यायला" ? "इतकी वर्ष सेवा केली आणि आता तू मलाच गिळू पाहतो आहेस .. जा असाच तडफड ..." आणि मंदारच्या एकदम लक्षात येते कि बहुदा हाच ब्रोकर असावा .. मंदार सागरला खूण करतो. सागर प्रदीप आणि मानव ला खुणे नेच त्याला पकडायला सांगतो . आणि चोघे जण एकदम त्या माणसावर तुटून पडतात ... प्रदीप त्याचे जाकीट काढून त्या माणसाच्या डोक्यावर घालतो ... बाकी तिघे त्याला मारायला लागतात .. अचानक झालेल्या हमल्यामुळे त्या मांत्रिकाला काही काळ कळेनासे होते ... हवेमध्येच तो प्रतिकार करायला सुरुवात करतो .. मंदार त्याचे दोन्ही हात पकडतो आणि पिरगाळतो .

सागर : "कोण आहेस तू, इथे काय करतोयस ?"

मंदार :"बऱ्या बोलाने तुझ काम सांग नाहीतर जीवच घेईन तुझा"

मांत्रिक: "अरे कोण आहात तुम्ही?" .. "मी काय केलाय तुमचा ? सोडा मला .. मी सांगतो".. प्रदीप त्याचे जॅकेट काढतो आणि चौघे त्या मांत्रिकाला वेढा देतात .."हे पहा तुमचा काहीतरी गैरसमज झाला आहे .. मी चोर नाही. माझ्याकडे हा बंगला असतो देखरेखीला ..मी केअर टेकर आहे ..

सागर : "असं ? तुझ्या वेषभूषेवरून तर नक्कीच तू वाटत नाहीस .. खर बोलतोस का कि अजून देऊ" ?

मांत्रिक : "अहो खरंच मी केअर टेकर आहे .. हि ..."

मंदार : "तू बंगल्यामधून धापा टाकत टाकत का आलास? कोण आहे वरती ? कोण तुझ्या जीवावर उठलाय" ?

मांत्रिक दोघांकडे पाहतो .. आता खर त्यांना समजलच असाव अस समजून बोलायला लागतो .. "ह्या बंगल्यात कि नई भूत आहे .. ते माझ्या मागे लागला होता म्हणून मी बाहेर पडलो .. तुम्ही इथे थांबू नका . तो बोलावेल तुम्हाला आणि".....

मंदार : "तू केअर टेकर असशील हि खरा, पण सांग ह्या बंगल्यात नक्की काय चालू आहे ? कसल भूत आहे ? तू काय करत असतोस इथे" ?

मांत्रिक : ...."ते त्याला भूक लागली कि खायला द्याव लागत ..पूजेला येत असतो अधून मधून ? वाटलं तर वर बघून या मी नैवेद्य ठेवून आलोय वरती" ...

सागर : "मंदार **I think** हा अर्धवट सांगतोय ... अरे ह्याला सरळ केला पाहिजे आधी , प्रदीप , मानव , घ्या याला आत डाम्बुया ...

मांत्रिक : "नको आत नको .. मला सोडणार नाही तो जिवंत ...आता लै खवळलंय तो ... त्याची भूक भागली नाही ना" ..

मंदार : "**I got it..** हरामखोर, म्हणजे तूच तो, जो जिवंत माणसांना इथे आणायचास भक्ष व्हायला ? तुला काय मिळते लोकांना ठार मारण्याचे" ? अस म्हणून मंदार त्या मांत्रिकाच्या मुस्काटात मारतो ...

मांत्रिक गप्प उभा राहतो .. त्याची कोणासही नजर मिळवण्याची हिम्मत होत नाही .. सागर त्यांना खूण करतो आणि तिघे हि मांत्रिकाला त्या बंगल्यात घेऊन जातात ..

मांत्रिक : "सोडा मला सोडा .. मी सान्गतो सगळं खरा सांगतो .. विश्वास ठेवा पाय पडतो तुमच्या.. एक वर खरा सांगतो" ...

सागर खुणेनेच त्याला सोडायला सांगतो.. मांत्रिक बोलतो, " मी इथला नाही.. मी छोटी मोठी जादू, अंगारा, धूप देऊन तर कधी भविष्य सांगून गुजराण करायचो.. ह्या गावावरून दुसरीकडे जाताना अंधारात माझा रस्ता चुकला आणि मी ह्या बंगल्यापाशी पोचलो.. तो मला रिकामा दिसला म्हणून आत जाऊन थांबण्याचा विचार केला... आता इतके वर्ष काम करून करून माझी 'सिक्सथ सेन्स' शक्ती थोडी जागृत होती.. मला ह्या शक्तीचा वास आला... मी आमच्या कडल्या पध्द्तीप्रमाणे दारावर कलश ठेवून कुलूप फोडल आणि आत आलो जुनंच होत ते.. मी आल्याच त्या शक्तीने ओळखला होता.. पण मला कसलीही इजा न करता वरच्या उजव्या हाताच्या खोलीत खुणावत होती... बहुदा माझ्यामध्ये काहीतरी त्या शक्तीला दिसलं असावा (दात काढतो). वरच्या खोलीत गेलो आणि कपाटात एक लोखंडी चमकणारी तबकडीसारखी वस्तू दिसली त्यावर थोडी पूजा केल्याचे संकेत मिळाले. मला वाटल बहुतेक ह्यांच्यातच काही जादू असावी मी तडक ते घेऊन खाली जायला वळलो आणि त्या शक्तीने मला

जोरात तडाखा दिला .. मी खालीच पडलो... नंतर माझ्या लक्षात आला कि मला ह्याची इथेच राहून पूजा करायची व्हती .. तशी मी करायला पण लागलो ...हळू हळू मला ह्या शक्तीचा अंदाज यायला लागला . जस ती शक्ती माझ्याशी बोलत होती खुणेने .. आधी मी मांजर , कोंबडी, पक्षी असले बळी द्यायचो .. पण त्यावर ह्या सैतानी शक्तीचा भागत नव्हता.. तिला नरबळीची भूक होती.. तहान होती माणसाच्या गरम रक्ताची ... ह्या शक्तीने मग मलाच हे काम सोपवला माणसं गोळा करण्याचा .. त्या बदल्यात मला माझी तांत्रिक ताकद हवी तशी वापरता यायला लागली .. हळू हळू मी देखील शेजारच्या शहरात सेटल होत होतो .. माझ्याकडे लोक आशेने यायला लागली .. माझी भाकीत खरी झाली कि त्यांचा माझ्यावरचा विश्वास वाढायला लागायचा .. पण एकदम त्यांना बंगल्यात कसा आणायचा हा विचार करत करतच मला हि ब्रोकरची कल्पना आली .. मग मी एक एक करत लोकांना ह्या बंगल्यावर पाठवत गेलो.. फार दिवस चालायचा नाही ह्या सैतानासमोर कुणाचंच .. फार फार तर ४ -५ दिवस ... नंतर बॉडी पण भेटायची नाही बंगल्यात ... (खी: खी:) माझा काम उलट सोप झाल. बॉडी नाही तर सबूत नाही आणि इथे मरायला कोण येतंय बघायला ह्या बंद बंगल्याकडे" ..

मंदार हे असल सगळं अभद्र ऐकता ऐकता रडू लागला. त्याला त्या मांत्रिकाची अतिशय कीव करावीशी वाटली.. स्वतःच्या स्वार्थाकरिता एखादा माणूस इतक्या टोकाला पोहचू शकतो हे मंदारच्या पचनी पडत नव्हते . हि माणसांना बळी द्यायची विकृत आणि पाशवीबुद्धी ठेचायलाच हवी. मंदार ला आता फक्त संताप संताप होत होता. आणि रागाच्या भरातच तो त्या मांत्रिकाला लाथा बुक्क्यांनी मारायला लागला .. काही वेळ सागर प्रदीप आणि मानव शांत उभे होते.. मंदार मारून मारून थकल्यावर त्यांनी त्या खाली पडलेल्या मांत्रिकाला उचलला . हि नक्कीच दूषित झालेली, नासलेली रक्त आहेत . ह्यांना ह्या जगात क्षमा नाही. आणि हाताच्या मुठी आवळत तिघांनी एकमताने त्या मांत्रिकाला उचलून सरळ त्या बंगल्यात आत फेकून दिला... दार बाहेरून बंद करून चौघे सूडाचा आनंद घेत उभे राहिले ... आतून वरच्या खोलीतून मांत्रिकाचा आवाज येत होता ... त्याचे आदळ - आपटणे , जोर जोरात ओरडणे , मदतीची गया - वया करणे चालू झाले.. आणि काही वेळानं सगळ एकदम शांत झाल.... एका थंड, कठोर, निर्दयी पापाचा हा बदला पूर्ण झाला .

मंदारची थोड्या फार प्रमाणात मनाची अस्वस्थता शांत झाली होती . त्या बंगल्याचा विद्रुप चेहरा दिसला होता. त्याला साथ देणाऱ्या मांत्रिकाला शिक्षा झाली होती.. परंतु हे करूनही सौम्या काही परतायची नव्हती.

ती कायमचीच गेली होती.. तिच्याविषयी आता फक्त शांती मिळावी हीच प्रार्थना होणे प्राप्त होते. सौम्या , निखिल आणि नीरजचे अंतिम कार्य अपूर्ण होते .. त्यांचे संस्कार होणे गरजेचे होते..

‘स्वार्थी, अप्पलपोटी माणसाची दैवत हि तशीच.. मुळात ही असुरी, सैतानी वृतीची शक्ती .. जसे त्या मांत्रिकाला माणसांचा बळी देण्यात काही विशेष वाटत नव्हते त्याच प्रमाणे त्या असुरी शक्तीला त्या मांत्रिकाला मारण्यात देखील काही वाटले नसेल... त्या सैतानाला अनावर होऊ पाहणारी भूक महत्वाची होती.. भले ती त्याच्या साधकाचीच का असेना ; पण ती शमवणे गरजेचे होते .. ज्या अघोरी शक्तीची उपासना करून इतकी ताकद मिळवली त्याच शक्तीचे भोग बनून आयुष्य संपावे याहून अधिक दारुणता काय असावी बर?.. इथे नैतिकतेचे नियम लागू पडत नाहीत.. भूक अनावर झाली कि जो समोर येईल त्याचा फडशा पडणे अशा पाशवी वृत्तीचा हा असुरी सैतान.. जितक्या सहजतेने त्या चौघांनी त्या मांत्रिकाला बंगल्यात फेकले होते आणि शांत डोक्याने आतल्या वेदना ऐकत उभे होते त्यावरून काही प्रमाणात ह्या चौघांवर देखील त्या अघोरी शक्तीचा परिणाम झाला होताच. वास्तविक पाहता त्यांना ह्या कृतीचा पश्चाताप देखील नव्हता.. कदाचित हेच त्या मांत्रिकाचे प्रायश्चित्त असावे.. त्याच्या आजवरच्या सर्व दुष्कर्माचे फळ मिळाले असावे.. एक वर्तुळ पूर्ण झाले होते..’

बंगल्याबाहेर पडत असताना सागर त्या मांत्रिकाचा कलश, भांडे आणि मुखवटा स्वतःकडे ठेवतो आणि मंदारकडून त्या बंगल्याची चावी घेतो ... आता आत जाण्यात काहीच अर्थ नव्हता .. सागरच्या डोक्यात आता निराळीच कल्पना सुरु झाली आहे .. पण आत्ता तो ह्यावर काही बोलणे टाळत होता.. सगळे जण त्यांच्या रूमवर एकत्र जमतात. मांत्रिक बाबत जो प्रसंग घडला त्याची वाच्यता कोणीही करणार नव्हते .. एक कटू अनुभव म्हणून मनाच्या एका कोपऱ्यात बंद करणार होते . सागर प्रदीप आणि मानव ला म्हणतो " ह्या बंगल्यात जे स्पिरिट आहे त्याचा बंदोबस्त आपण आपल्या पद्धतीप्रमाणे कधी करू शकणार नाही". "आपल्या इंस्ट्रुमेंट्स मध्ये आपण त्या इव्हील स्पिरिट्स च्या अस्तित्वाचा व्हिजुअल किंवा ऑडीओ रेकॉर्डिंग देखील नीटस करू शकलो नाही. आपली इंस्ट्रुमेंट्स इथल्या शक्तीला ओळखायला काही प्रमाणात फेल गेली आहेत. बेटर हेच राहील कि आपण आपला फोकस दुसरीकडे शिफ्ट करू" .. "**We have not give up it yet but, I strongly feel** हे आपल्या आवाक्यातले काम नाही". मानव : "**But this was something real !**".

सागर : "**I know man, but we have to think practical**".. "आपला अनुभव आपण अशा पद्धतीने लोकांसमोर दाखवू शकत नाही .. आपल्यालाच मोठा धोका आहे तिथे" ..

सागर : "मला काही वेळ द्या. मला एक एक्स्पर्ट माहिती आहेत जे आपली ह्यात मदत करू शकतील" ..आणि सागर दोघांकडे नजरेने विचारतो... प्रदीप होकारार्थी मान हलवतो .. मानव पण विचार करत होकारार्थी दर्शवतो.. " मंदार तू देखील सध्या तात्पुरता त्या बंगल्याचा विषय सोड ... तुला आणि इतर कोणालाही त्या बंगल्यात धोका आहेच ह्यात काही शंका नाही .. मला थोडा वेळ दे मी तुला फोन करेन आपण या बंगल्याचा स्पिरिट चा कायमचा बंदोबस्त कसा करायच ते बघू ..".

मंदार : "तू सांगशील तेव्हा मी हजर असेन .. मला देखील माझ्या कुटुंबाला शेवटचा निरोप द्यायचा आहे" ...

'शक्ती'

गावा वरून परतल्यावर पुढचे काही दिवस सागर त्याच्या टीमला भेटला देखील नव्हता.. प्रदीप आणि मानव सागरच्या घरी, आजूबाजूला फोन वर चौकशी करतच होते.. सागर कुठे आणि कधी येणार ह्याची माहिती घरी देखील नव्हती. गावातून परतल्यावर प्रदीप आणि मानवाला काही चैन पडत नव्हते.. दोघे हि अधून मधून त्यांनी रेकॉर्ड केलेल्या कॅमेरातून काही सावली, काही अमानवीय स्पिरिटची हालचाल मिळतेय का ते बघत होते .. वरच्या रूम चा कॅमेरा तिथेच होता त्यामुळे त्यावरून थोडे जास्त स्पष्टीकरण मिळाले असते .. पण केवळ नशिबाला दोष देत तो विषय त्यांनी सोडून दिला .. आणि पुढच्या मोहिमेसाठी शोध घ्यायला लागले.. इकडे त्यांच्या टीव्ही शोचे क्रीएटीव्ह हेड, प्रोड्युसर्स, चॅनेल ची मंडळी देखील प्रदीप आणि मानव च्या मागे तगादा लावत होते.. पारंपरिक टीव्ही शो पेक्षा हा हटके आणि थरारक मनोरंजनानी परीपूर्ण अशी स्वतःची ओळख या टीव्ही शो ने मिळवली होती.. गेल्या महिन्यात एका हि एपिसोडचे काम झाले नव्हते आणि टीव्ही वर रिपीट टेलिकास्ट सुरु होते. चॅनेल चे नुकसान झाले होते .. शो चे पुढील भाग करायचे कि नाही हा प्रश्न त्यांना पडला होता.

सागरचा पत्ता त्यांना लागत नव्हता. प्रदीप आणि मानव देखील सागर च्या शोधात होतेच.. सागरने फोन स्वीच ऑफ करून ठेवला होता. आणि कुठेतरी न सांगता घराबाहेर फिरायला गेला होता त्यामुळे दोघांचा जीव वर खाली टांगणीला लागला होता...

प्रदीप आणि मानवला अजूनही त्या बंगल्याचे स्वप्न अधून मधून पडत होते. प्रदीप आणि मानव च्या आयुष्यतला हा सर्वात थ्रिल्लिंग अनुभव होता .. त्यांना दोघांना जे अनुभव आले त्याचा वैज्ञानिक दृष्टिकोनातून आणि अभ्यासातून काही नवीन माहिती अगर मार्ग सापडतोय का याचाही ते अभ्यास करत होते .. त्यांच्या मते भारतात जर अशी एखादी भुताटलेली जागा असेल तर थोड्या खोल शोधून आणखीन ही नवीन जागा असू शकतील. पण आता नवीन प्रोजेक्ट वर काम करणे भाग होते.. त्या मांत्रिकाप्रमाणे अशी कितीतरी इंटरेस्टिंग अघोरी माणसे असतील आणि त्यांच्या वर आधारित एक डॉक्युमेंट्री टाईप एपिसोड बनवायचा देखील विचार त्यांनी त्यांच्या क्रिएटिव्ह हेड शी बोलून चर्चा केली. त्याप्रमाणे प्रदीप आणि मानव माहिती गोळा करायला लागले. इकडे मंदारने सौम्याच्या बाबतीत कटू बातमी त्याच्या घरी सांगितली आणि त्यांच्या घरावर शोक कळा पसरली.

निखिलच्या घरी अद्याप कोणाचा निरोप आला नव्हता. त्यामुळे विनाकारण त्याच्या घरी कोणत्याही सबळ पुराव्या शिवाय अशी बातमी देणे त्याला योग्य वाटले नाही.. मंदार हळू हळू स्वतःचे मन दैनंदिन कामकाजात गुंतवत होता.. तरी देखील हि बंगल्याची आठवण त्याला सतत येत होती.. मंदार देखील कोणी योगी माणसाच्या शोधात होता ज्याद्वारे त्या बंगल्याची शुद्धी करता येईल आणि सापडलीच तर सौम्या, निखिल आणि नीरज ची शेवटची कार्य करता येईल. मंदार अधून मधून अनिल शर्माकडे चौकशी करत असे. अद्याप काव्या त्या भयानक अनुभवातून पुरती बाहेर पडली नाहीये ... त्या प्रसंगापासून काव्या पुढचे काही दिवस आई सोबत झोपत होती .. तिला रात्री अचानक दचकून जाग येत असे... झोपेत देखील काही पुसटश्या आठवणी तरळत राही .. काव्याची आई तर काव्याचा तो चेहरा आठवून रडत असे ... काव्याला मानसोपचार तज्ज्ञाकडे काही सेशन घेऊन हळू हळू का होईना अंधाराची भीती कमी होत होती.. तिचा प्रतिसाद देखील चांगला मिळत होता ..

इकडे सागर त्याच्या आजोबांच्या गावी परतला होता.. त्याचे आजोबा विनायक शिरोडे हे गावातले नावाजलेले मोठे ज्योतिषी. त्यांचा अध्यात्माचा आणि वेदांचा गाढा अभ्यास

आहे. तंत्र विद्या मध्ये त्यांना विशेष रस आहे. बऱ्याच लोकांचे तांत्रिक विद्येविषयी गैरसमज असतात. तंत्रविद्या म्हणजे देवतेची उपासना असे ते वारंवार सांगतात. अर्थात वाम मार्गाने ते कधी घसरले नाहीत. एखादी शक्ती तिचा वापर कोण कसा करतो ह्यावरच चांगली अथवा वाईट ठरते. आजोबांच्या घरात सततचे होम हवन, याग, लक्षावर्तने, निरनिराळी अनुष्ठाने, यज्ञ सागरने लहान असल्यापासून अनुभवले होते. त्या यज्ञातून इष्ट देव प्रकट झाल्याची अनुभूती देखील सागर आणि उपस्थित लोकांनी अनुभवली होती.. त्याच्या शक्तीचा अनेकांना फायदा आणि मदत झाली होती. त्यांच्या शक्तीचा उपयोग आजोबांनी फार क्वचित वेळेला स्वतःच्या फायद्यासाठी केला होता. अशाच धार्मिक वातावरणामुळे आजोबांचा मोठा प्रभाव समाजावर होता. सागर आजोबांपाशी आला आणि क्रमवार त्याने त्याचा गावातला अनुभव आणि इतर लोकांचा अनुभव सांगायला सुरुवात केली. त्या बंगल्याची माहिती आणि आजपर्यंतचा घटनाक्रम खुलासेवार सांगितला. सोबत त्याने बंगल्याचे बाहेरून काढलेले फोटो, आजूबाजूचा परिसर, पानांचा लाल रंग इत्यादी गोष्टी दाखवल्या.. फक्त मांत्रिकाला मारल्याची गोष्ट अतिशय शिताफीने टाळली होती. कदाचित आजोबा चिडतील ह्या भीतीपोटी त्याने मौन पाळले. आजोबा आता

सत्तरीत असावेत .. त्यांची दाढी कुरवाळत सागरचे म्हणणे शांतपणे ऐकत विचार मग्न झाले...

सागर : ..."आणि म्हणून आम्ही चौघांनी तिथून निघण्याचा निर्णय घेतला.. आम्हाला त्या बंगल्यातल्या इव्हील स्पिरिटचा समूळ नायनाट करायचा आहेच .. पण आमची पद्धत इथे लागू होणार नाही.. त्यामुळे मी ठरवले कि आधी तुमच्याकडून काही इनपुट्स घेऊन पुढे जाता येईल का " ..

आजोबा: "चांगले केलेस सागर . त्या बंगल्याची चावी असेल तर घेऊन ये बर"... सागर तात्काळ ती चावी खिशातून काढून ठेवतो... आजोबा अविश्वासाने सागरकडे बघतात ...

आजोबा : "असल्या नकारात्मक शक्तीचा वास असलेल्या प्रत्येक गोष्टीवर त्याची छाप, अंश असतोच असतो .. तू हि किल्ली अशी तुझ्या सोबत ठेवणे योग्य होणार नाही ... आण इथे ठेव पाहू" ..

आणि आजोबा सागर ला त्यांचा लाल रंगाचा रेशमी कापड आणायला लावून त्यावर किल्ली ठेवून त्या कापडाची घडी उलगडून ठेवतात..

सागर : "आजोबा मी त्या मांत्रिकाने त्याच्या सोबत ठेवलेला हा कलश आणि हा मास्क देखील तुम्हाला दाखवायला आणले आहे" ..

आजोबा : "बापरे ... सागर असल्या भलत्या सलत्या गोष्टी आणू नकोस .. प्रत्येक वस्तुची एक व्हायब्रेशन असते .. ती कधी नॉर्मल तर कधी तीक्ष्ण आणि धोकादायक ठरू शकते .. हे सगळं त्या लाल कपड्यात बांधून ठेव बघू" ...

आजोबा : "अजून काही सांगायचं राहिलय"? सागर मानेनेच नाही म्हणतो. "अजून काही - बाही त्या बंगल्यातून आणलंयस का तर इथेच टाक". सागर नाही म्हणतो. आजोबा : "ठीक आहे . ते फोटोस माझ्या रूम मध्ये ठेव. उद्या बोलू बाकीच्या तयारी वर .. आता मी जरा पडतो ..."

सकाळी सकाळी आजोबा सागरला उठवून स्नान उरकून त्यांच्या खोलीत बसवतात. नेहमीची पूजा उरकल्यावर आजोबा त्याला कालचा लाल कपड्यात निपटून ठेवलेल्या गोष्टी दाखवतात. एक प्रकारचा हिरवट काळा असा रंग त्या तिन्ही गोष्टीवरून उतरलेला असतो. आणि खाली त्या लाल कापडाचा रंग उतरून काळा झालेला असतो. सागरला दाखवत आजोबा पुढे सांगतात "निसर्गात दोन

प्रकारच्या शक्ती असतात.. एक पॉसिटीव्ह आणि एक नेगेटिव्ह.. शक्ती एकच असते, पण आपण तिचा कोणत्या हेतूने वापर करू इच्छितो , त्यावर सगळे अवलंबून आहे.. नेगेटिव्ह शक्ती म्हणजेच इंग्रजी मध्ये ज्याला 'ब्लॅक मॅजिक' म्हणतात ती नेगेटिव्ह रिसल्ट देते . . आमच्या क्षेत्रात त्याला 'अभिचार' म्हणतात .. तुम्ही जो नेगेटिव्ह विचार करता त्यातूनच हा अभिचार उत्पन्न होतो.. काही शक्ती एका विशिष्ठ लहरीवर कार्यान्वित होतात .. **The world itself has its own frequency..** प्रत्येकाला एक विशिष्ट व्हाइब्रेशन, जाणीव निसर्गतः असतेच.. तुमच्या कर्माच्या फळावर आणि काही इतर गुंतागुंतीच्या समीकरणावर तुम्ही किती मोठी अगर लहान, शुद्ध व अशुद्ध स्वरूपाची अशी फ्रिक्वेन्सी अनुभवता...काही अभिचारी शक्ती एका विशिष्ट पातळीवरून त्यांचा असण्याचा पुरावा देत असतात .. काही विशिष्ट साधना करून ताकद मिळवलेली माणसे ह्या शक्तीच्या फ्रिक्वेन्सी च्या चटकन जाळ्यात ओढली जातात .. आणि ती शक्ती अशा माणसाकडून वाट्टेल ते काम करवून घेते. आणि त्या बदल्यात जाणते अजाणतेपणी त्याची ताकद देते .. त्या बंगल्यात तुम्हाला जे जाणवले, एक विशिष्ट उग्र वास आला तो त्या शक्तीचा एक प्रकारचा प्रभाव दर्शवतो. प्रत्येकाला असा विशिष्ट वास असतोच.. त्या बंगल्यात असणाऱ्या असुरी शक्तीने देखील तुझी, आणि बाकीच्या

लोकांची अशी फ्रिक्केन्सी, व्हायब्रेशन, वास जोखून बघितलाय.. आणि त्याच्या पद्धतीने तो रिऍक्ट होत होता ... त्या बंगल्यात नक्कीच मोठी असुरी ताकद आहे, त्यामुळे त्या जागेत त्या शक्तीचा प्रभाव जास्त आहे. आणि त्या शक्तीच्या प्रभावाखाली जितका अधिक काळ राहू तितकीच मोठी व्हईब्रेशन हि शक्ती माणसाच्या मनावर अधिक ठासून भरवते. ह्यात त्या माणसाची शक्ती देखील खर्च होत असतेच. त्यामुळेच तुम्ही त्या बंगल्यात सतत अशा नेगेटिव्ह फ्रिक्केन्सी अजाणतेपणे अगर सब कॉंशिअसली तयार करत राहता आणि आपोआप तुमच्याकडूनच ती अभिचारी शक्ती तिचे काम करवून घेते. हे काम अतिशय सूक्ष्म, अदृश्य पातळीवर होत असल्याने आपला त्यावर कंट्रोल राहत नाही . त्यामुळेच ह्या शक्तीच काम अधिक सोप होत जात.. माणसाला वश करण्यासाठी तिला इतर पद्धतीने घाबरून सोडण्याची गरज वाटत नाही.. जर आतूनच आपला बचाव तोडला गेला तर मारेकऱ्याला समोरून आक्रस्ताळेपणा करण्याची फारशी गरज वाटत नाही.. त्यामुळे त्या अभिचारी शक्तीच्या कचाट्यात सापडल्यामुळे तुमच्या शरीरातून काही विशिष्ट व्हईब्रेशन, वास बाहेर फेकला जातो आणि मग एखाद्या रानटी पशुप्रमाणे त्याची भूक जागृत होते आणि हि शक्ती त्याचा माग सोडत नाही".

"ह्या अशा शक्ती नेहमीच कोणा एका माध्यमाच्या शोधात असतात .. तुमचा तो ब्रोकर देखील अशाच प्रकारातला. मला त्याच्याशी काही घेणे देणे नाही.. पण असल्या असुरी शक्तीचा तिथला प्रभाव संपवणे गरजेचे आहे. कारण एकदा हि शक्ती नेस्तनाबूत झाली कि त्यासोबतच्या इतर गोष्टीही सुरळीत होतील.... आपण एक प्रयोग करून पाहणार आहोत .. आपण दोघे हि काही खास साधना करून त्या बंगल्यात जाऊ .. तिथे गेल्यावर काही देवाचे आवाहन होणे गरजेचे आहे" . " हम्म .. मी तुला काही साहित्य यादी देतो ती गोळा करून घे. अजूनतरी पौर्णिमा यायची आहे न".. (कॅलेंडर कडे बघत)... "हा, ९ दिवसांनी शुक्ल पक्ष विनायकी चतुर्थी आहे.. मी आपल्या कार्याला हा मुहूर्त योग्य आहे का ते एकदा तपासून घेतो .. कोणत्याही विघ्न दूर करण्यासाठी गणपतीचा आशीर्वाद घ्यायलाच हवा" .

सागर : **"U mean** आपण तिथे गणेशाची पूजा करणार आहोत" ?

आजोबा : "नाही .. आपण गणेशाच्या एका विशिष्ट शक्तीची विशिष्ट साधना करणार आहोत" . "आपल्याला सोबत १-२ जण अजून लागतील. तुझे मित्र येतील का विचारून घे" .

सागर : (विचार करून) "आजोबा माझा एक नवीन मित्र आहे. मंदार. मी काल तुम्हाला सांगितलं न त्याची बहीण त्या बंगल्यात गेली होती .. त्याचा त्याला जबर परिणाम झाला आहे . तो मला मदत करू शकेल आपल्या कार्यात" ..

आजोबा : "सुडासाठी केलेली मदत फारशी लाभत नाही सागर. माणसाची बुद्धी कधी भ्रष्ट होईल आणि कधी तो त्या सैतानाच्या जाळ्यात सापडेल कळणार ही नाही" ..

सागर : "आजोबा तो बंगल्यात न येउ दे पण तरी माझी विनंती आहे कि त्याला सोबत घेऊ कदाचित आपल्याला त्याची ऐनवेळी गरज लागली तर ?"

आजोबा वही चाळत नुसतेच खांदे वर करतात... सागरच्या चेहऱ्यावर एक स्मित हास्य येते ..

आजपासूनच आजोबानी त्यांच्या देवघरात ठेवलेल्या एका सिंहावर विराजमान असलेल्या पंच मुखी गणपतीची साधना करायला सुरुवात करतात. सागरला देखील त्यांच्या सोबत बसण्याचा आग्रह धरतात. सागर देखील आजोबाच्या आग्रहा खातर आणि आपल्या कामाचा भाग म्हणून सोबत बसतो. आजोबा सांगतील ते आणि तशी साधना, पूजा सागर त्यांच्या जोडीला बसून करत होता. आजोबांकडची ती

गणपतीची मूर्ती सागर लहानपणापासून बघत आला होता. गणपतीची हि मूर्ती त्याने इतर कोणाकडे कधीही पहिली नव्हती. त्यामुळे ह्या मूर्तीबद्दल आजोबांकडे येणाऱ्या बऱ्याच लोकांना खास आकर्षण असे. लहानपणापासून यज्ञ त्याची साधन- सामुग्री, साहित्य, नैवेद्याला काय काय लागत याची सागरला साधारण कल्पना होती. आज यज्ञासमोर त्या बंगल्याचे फोटो ठेवून आजोबा अतिशय तन्मयतेने मंत्र जप करतात. यज्ञाला आहुती द्यायला स्वतः आजोबा बसतात. अधून मधून सागर देखील आहुती देत होता.... जवळ जवळ निम्मा दिवस संपतो आणि आजोबा शेवटले आवर्तन समाप्त करतात. काही वेळाने नोकर जेवणाचे ताट तयार करून बोलवायला येतो आणि सागर व आजोबा दोघे हि एकत्र जेवायला बसतात. इकडल्या तिकडल्या गप्पा झाल्यावर सागर आजोबांना विचारतो "आजोबा आपण गणपतीबरोबर हनुमानाची देखील पूजा करूयात का"? आजोबा त्याच्याकडे पाहून म्हणतात : “तुला करायच असेल तर कर, आपल्या पूजेनंतर.." सागर ला लहानपणापासून हनुमान एखाद्या सुपर मॅन प्रमाणे असतो असे घरी सांगितले होते. त्यामुळे घरी त्याची हनुमान चालीसा तोंडपाठ करून घेतली होती.

पुढले सलग ७ दिवस आजोबा आणि सागर नित्य - नेमाने हेरंब गणपतीची साधना, पूजा एकत्र हवनासमोर बसून करतात. एकत्र जेवण घेऊन, सोबत राहून राहून एक

प्रकारचा बंध दोघांमध्ये घट्ट बांधला जातो.. एक दिवस पूजेनंतर सागर विचारतो "आजोबा एक प्रश्न विचारू"? आजोबा सहजच 'हो' म्हणतात "त्या मांत्रिकाचा कलश आणि मुखवटा मी माझ्या बॅग मधेच ठेवल होत. आणि जीन्स मध्ये किल्ली होती .. जर त्या लाल कपड्यावर तो हिरवट चिकट पदार्थ आला होता तर माझ्या बॅग वर आणि परिणामी माझ्यावर देखील त्या नेगेटिव्ह शक्तीचा काही न काही परिणाम नक्की झाला असणार" ?

आजोबा : "मी तुला जे लाल कापड घेऊन आणायला सांगितलं तो काही मामुली लाल कपडा नव्हता .. त्यावर विशिष्ट प्रक्रिया करून त्याच्यातील दोष काढून त्याच्यावर मंत्रांनी संस्कार करून पावित्र्य राखून ठेवलेल कापड होते.. त्या कापडाने त्या कलश, मुखवटा आणि किल्लीची सर्व गूढ, आभिचारी शक्ती शोषून घेतली होती .. त्याचा उपयोग तितकाच होता . मी ते कापड कधीच विसर्जित केले आहे. राहता राहिला तुझा प्रश्न तर प्रत्येक पॉसिटीव्ह किंवा नेगेटिव्ह शक्ती (एनर्जी) आपल्याआप काम करत नाही. त्याला वस्तू / मॅटर (वाहक) ची गरज असतेच.. त्या तिन्ही गोष्टींमध्ये असलेली मायावी शक्तीची विल्हेवाट लावताच त्याची ताकद संपुष्टात आली .. आता ती बॅग आणि त्या सोबतचे इतर वस्तू केवळ निर्जीव राहिले आहेत" .."आणि एक गोष्ट विसरलासच कि... तू त्या बंगल्यात जाऊन आलासच कि..

त्याचा तुझ्यावर परिणाम नक्कीच झाला आहे . तुझ्यावरील हि अशुद्ध, अभिचारी सावली पूर्णपणे निघून जावी म्हणून तर तुला रोज साधनेला बसवले होते.. आणि वेळ प्रसंगी तू त्या शक्तीशी सामना करू शकशील म्हणून तर हा खटाटोप होता".. "आणि ह्याच कारणाने मी तुझ्या त्या मित्राला त्या जागेत येण्यास मज्जाव करत होतो .. एकदा का ह्या शक्तीचा नायनाट झाला कि मग त्याच्या सूक्ष्म प्रभावापासून सगळेच वाचतील ..आणि खऱ्या अर्थाने ती जागा स्वच्छ होईल . केवळ ह्याच कारणाकरिता आपल्याला त्या बंगल्यात जायचे आहे. अनायसे तू देखील असे काम करतोस; त्यामुळे फक्त आणि फक्त कामाचा भाग म्हणून यात लक्ष देशील अशी माझी अपेक्षा आहे .. त्या शक्तीचा सामना करण्याआधी आपला आपल्या मनावर, हेतूवर अढळ विश्वास असणे गरजेचे आहे .. आणि आपल्याला सामर्थ्य देणारा गणपती सोबत आहेच" ..

सागर : (मान डोलावून) "आणि मारुतीराया देखील"....

आजोबा (मिश्कीलपणे हसत) : "भूत पिशाच निकट नही आवे ।। महाबीर जब नाम सुनावे"...

सागर आजोबांच्या बोलण्याचा विचार करतो.. आजोबांकडे आल्यापासून आणि मुख्य म्हणजे त्या साधनेत बसल्यानंतर त्याच्या मनाची होणारी चल बिचल, रात्री

पडणारी विचित्र अर्धवट स्वप्ने संपल्याची जाणीव होत होती. एक प्रकारची स्थिरता आणि नवे चैतन्य उफाळून येत असल्याची भावना सागरला येते सागरचा आजोबांविषयीचा आदर आणि प्रेम आता वाढते .

आजोबा सागरला निघण्याची तयारी करायला सांगतात. आणि सागर सर्व प्रथम फोन करतो मंदारला .. मंदारशी बोलून झाल्यावर त्याला प्रदीप आणि मानवला बोलवावेसे वाटते.. इतक्या दिवसात एका शब्दाने देखील त्यांना न बोलता एकटे सोडले होते . त्याचा शो, ऑफिस प्रेशर ची दोघांवरचं जबाबदारी आली होती. दोघे हि जाम वैतागलेले असणार अस वाटून सागर त्यांना फोन वरच त्या बंगल्यावर जाण्याची कल्पना सुचवतो. कदाचित ते पुन्हा बंगल्यावर पोचल्यावर तिथे भूतांचे हवे तसे रेकॉर्डिंग मिळाले तर फायदाच होईल असे पटवून दोघांना आजोबांकडे बोलावून घेतो ..

आजोबा त्यांच्या पंचांगात नक्षत्र , ग्रह स्थिती, तिथी आदी बारीक सारीक गोष्टी बघून दोन दिवसात निघण्याचा बेत ठरवतात . वार बुधवार ठरतो .. निघताना आजोबा सागर ला बऱ्याच सामानाची यादी देतात आणि तयारी ला लावतात.. आजोबा च्या संमतीने सागर मंदार , प्रदीप आणि मानव तिघांना घरी बोलावतो .

दुसऱ्याच दिवशी तिघे गावी पोचतात. आजोबांचा वाडा बाहेरून छान आहे. आजूबाजूच्या सिमेंटच्या गर्दीत ह्या वाड्याने त्याचे विशेषता राखून ठेवली आहे. घरी येताच तिघांना घराच्या कोपऱ्या कोपऱ्यात धुनी, धूप आणि काही ठिकाणी समई लावलेली दिसते ... धुपाचा दरवळणाऱ्या वासाने संपूर्ण घराला एक प्रसन्नता आली आहे असे वाटते. मुळात घराला स्वच्छ उजेड आणि खेळती हवा लाभल्यामुळे प्रवासातून येऊनही मड फ्रेश आहे. वातावरण विलक्षण हलके, सुंदर वाटत आहे , मनावरचा ताण, भार हलका झाल्याची भावना तिघांना येते . आजोबांच्या घरी जागो जागी आरसे देखील लावलेले दिसतात . कदाचित वास्तू शास्त्रानुसार अशी रचना केली गेली असेल असे वाटते. त्यामुळेच कोणत्याही रूम मध्ये गेल्यावर सर्व प्रथम स्वतःचे दर्शन घडते. शांत, प्रसन्न, पवित्र अशा या वातावरणात आज कित्येक दिवसांनी खरी प्रसन्नता, स्थैर्य अनुभवल्याची भावना तिघांना होते. एक नवीन ऊर्जा, चेतना अंगात येते. सागर सोबत प्रदीप मानव आणि मंदार चौघे देव घरात प्रवेश करत देवाचे दर्शन घेतात. मंदारला हेरंभ गणपतीची मूर्ती बघून आश्चर्य वाटते. काही वेळाने आजोबा तिघांशी ओळख करण्याच्या हेतूने बाहेर येतात. बाहेर मंदार दिसतो. आजोबांना त्या मूर्ती विषयी विचारतो. आजोबा देखील चोघांबरोबर काही विषयावर प्रश्नोत्तरे करतात.. एकत्र जेवायला बसतात. आजोबांशी चर्चा करत असताना प्रदीप, मानव आणि मंदारला स्वतःच्या

दुःखद, वाईट भावनांचा जणू विसर पडतो आणि तिघांना त्यांचे बंगल्यातले अनुभव आणि इतर काही कटू विचार आजोबांसमोर मांडायची बुद्धी होत नाही. दुपारभर त्यांच्या गप्पांचे ट्रॅक वेगवेगळ्या विषयावर जातात. दिवस मावळतीला येतो आणि आजोबा त्यांच्या रूम मध्ये चौघांना बोलावतात आणि सांगतात " त्या बंगल्यात एक असुरी, अतिशय खुनशी ताकद आहे.. त्याचा तुम्ही अनुभव घेतलाच आहे.. त्यामुळे उद्या आपण त्या बंगल्यात एक यज्ञ करणार आहोत. त्याला तुम्ही तिघांनी साथ द्यायची आहे." आजोबा तिघांना काही मंत्र लिहायला देतात. "आपण तिथे पोचल्यावर यज्ञाच्या वेळेस ह्यांचा जाप सतत चालू ठेवायचा आहे." "कोणत्याही परिस्थितीत यज्ञात खंड पडता कामा नये. मुख्य म्हणजे भलती सलती रिस्क घ्यायची नाही. भले यज्ञात काही अडचणी येवो; तुम्ही आलेल्या परिस्थितीमध्ये खंबीर मनाने नाम जपायचे चालूच ठेवा. कोणीही माझ्या आज्ञेशिवाय त्या बंगल्यात शिरणार नाही. मी आणि सागर फक्त दोघेच त्या बंगल्यात जाणार आहोत. उद्या पहाटेच आपण निघू" आणि आजोबाचा निरोप घेत चौघे त्यांच्या रूम मध्ये निघतात.

THE CHAOS

आजोबा आणि हे चौघे जण पहाटे निघत गाडी सुमारे ४-४:३० तासात गावात दाखल होते आणि त्या आड वळणाच्या मार्गाने वर येऊ लागते .. गाडी बंगल्याच्या दिशेला आल्यावर आजोबांनी मनातल्या मनात काही मंत्र जपायला सुरुवात केली. गाडी गेट मधून शिरते. कदाचित आजोबांच्या येण्याच्या चाहूलने कि काय आजूबाजूची झाडी, पानात सळसळ व्हायला लागली. गाडी थोडी बाहेर लावतच सर्व जण गाडीतून उतरतात.. समोर दाराचा दर्शनी भाग होता; डावीकडे मैदान आणि झोका होता.. त्या दिशेला आजोबा निघाले ..पुढे जात त्यांना विहीर दिसते.. आजोबा तिकडे बघत थबकून उभे राहिले... स्वतःशीच पुटपुटत "नाही " म्हणून मान हालवत त्यांनी बंदिस्त विहिरीच्या आजूबाजूची झाडी, झुडपे काढायला सांगतात.. गाडीतून रस्सी आणि मोठा खुरपं घेऊन प्रदीप आणि मानव येतात. त्यांनी एक एक करत विहिरीभोवतीची सगळी झाडी काढून आत डोकावतात आणि त्यांना धक्का बसतो. दोघांचा स्वतःच्या डोळ्यावर विश्वासच बसेना. विस्फारलेल्या नजरेने ते आजोबांना खूण करतात...

आजोबा आत डोकावतात... शेजारी मंदार आणि सागर देखील कुतूहलाने विहिरीत बघतात.. आणि तिघांना मोठा हादरा बसतो. आत अर्धवट तुटलेल्या विखुरलेल्या हाडांचा सापळ्यांचा मोठा थर रचलेला आढळतो !!! काही मानवी हाडे तर काही पशु, प्राणी अशी सर्व प्रकारची हाडे आत दिसतात. चौघांना विश्वास बसेना.. या भयाण दृश्यावर प्रतिक्रिया काय द्यावी कोणाला सुचेना.. मती गुंग झाली होती.. आजोबांनी डोळे मिटले काहीतरी स्वतःशी बोलले. थोड्यावेळाने आजोबा म्हणाले : " आता आपण काही करू शकत नाही . आहे हि सत्यता अशी आहे . कितीही कठोर दिसत असली तरीही. गेलेल्यांना आपण परत बोलावू शकत नाही. तुम्ही तिघे सगळीच्या सगळी हाडे वर आणून ठेवा. आपल्याला त्यांचे शेवटचे संस्कार करावे लागतील. त्यांचा आत्मा इथे अडकलेला असणार . त्यांना मुक्तीची आस आहे". मंदारच्या डोळ्यातून अश्रू वाहायला लागतात .. आता शंका, आशा सर्व काही संपलेले होते. त्यांचा शोध, त्यांची वाट, आणि शेवटची आस देखील ... मंदारच्या खांद्यावर हलकेच हात ठेवत आजोबा त्याला सावरतात. आता आजोबा सागरला घेऊन बंगल्याच्या दारापाशी आवारात येतात.. सागरला मंदारचा चेहरा बघवत नव्हता. मंदारचा निरोप घेत तो आजोबांकडे निघतो.

प्रदीप आणि मानव हळू हळू विहिरीत उतरून ती हाडे वर काढण्याचा काम सुरु करतात..

इकडे काही काळ बंगल्याचे निरीक्षण करत आजोबा सागरला विटा रचून यज्ञाची तयारी करायला मदत करतात. सागर कडून किल्ली घेऊन दार उघडण्याचा प्रयत्न करतात.. दार उघडत नाही .. आजोबा विषय सोडून देतात .. सागर गाडीतून रॉकेल कॅन, विटांचे पोते, लाकडाचे, काट्याचे पोते बाहेर रचून ठेवतो. एका मोठ्या डब्यात तुप आणि यज्ञात आहुती द्यायला मोठा चमचा, धूप, अगरबत्ती, नारळ, आणि एका दुसऱ्या पिशवीतून हेरंब गणपतीची मूर्ती बाहेर काढतो. सोबत बुक्का, शेंदूर, घंटा , शंख , टाळ , इत्यादी सामान काढतो.. आजोबा एकटक घराकडे बघत उभे होते .. कसला तरी अंदाज, चाहूल घेण्याचा प्रयत्न करत होते. त्यांची वेगळीच तंद्री लागली होती.. यज्ञाची सगळी तयारी पूर्ण झाल्यावर आजोबा सागर शेजारी बसून स्वतः कुंडात लाकडे रचून, तुपाची धार सोडून सागर ला माचीस देऊन पहिली आहुती देण्यास सांगतात आणि यज्ञ सुरु करतात.. तोंडाने गणपतीचे मंत्र जप सुरु करतात..

सागर देखील त्यांच्या सोबत गणपतीला नमन करून शेजारी बसतो आणि आजोबांबरोबर तो हि मंत्रोच्चार सुरु करतो.. काही वेळ जातो ..आजोबा आता शंख, फुंकतात. शेजारी असलेल्या टाळ, घंटेने आणि मंत्रोचाराने वातावरणांत खास मृदूंग तयार करतात .. आजोबांचा आवाज खडा आहे त्यांच्या मंत्रोचाराला एक लय सापडली आहे .. त्यांचा आणि सागरचा आवाज आता बुलंद होत आहे ... एक वेळ अशी येते कि दोघांचा आवाज सर मिसळ होऊन तिसरा आवाज घुमायला लागतोय ..

काही वेळाने तिघे जण बंगल्याच्या दाराशी येतात.. आजोबा हाडांनी भरलेले ते पोते रिकामे करायला सांगतात .. प्रदीप आणि मानव पोते रिकामे करून हाडे रचून ठेवतात. आजोबा यज्ञातील अग्नीचा आधार घेत एक लाकूड पेटवतात ... प्रदीप त्या सर्व हाडांवर थोडं थोडं रॉकेल ओततो आणि आजोबा यज्ञातून एक पेटते लाकूड मंदारच्या हातात देत अग्नी दहन द्यायला सांगतात. मंदार डोळे मिटून सौम्य , निखिल आणि नीरज यांच्या मुक्तीची प्रार्थना करतो आणि त्या थराला पेटवून देतो.. सर्व जण आता हात जोडून त्या सर्व माणसांना, प्राण्यांना मुक्ती मिळावी म्हणून डोळे मिटून

प्रार्थना करतात ... हळू हळू पेट मोठा होत जातो .. आता चांगलाच पेट घेतला आहे ..आणि इतक्यात बंगल्याच्या आतून मोठी घडामोड व्हायला सुरुवात होते .. आतून मोठे आवाज यायला लागतात .. खुर्च्या, कपाटे, टेबले, सोफा, टीव्ही अस्ताव्यस्त पडायला लागतात. काही किंचाळण्याचे काही आनंदाचे विशिष्ट्य ध्वनी ऐकू जातात. आजोबा तिघांकडे टाळ, शंख , घंटा देऊन स्वतः मंत्रोच्चार मोठ्याने म्हणायला लागतात .. मोठा आवाजाचे तरंग वातावरणात दुमदुमायला लागतात.. आता मंदार, प्रदीप आणि मानव देखील दोघांना मंत्रोच्चारात सहभागी होतात.एक विशिष्ट तरंग वातावरणात तयार होते. हळू हळू यज्ञातून एक तेजस्वी आकृती यज्ञातून बाहेर निघते... आजूबाजूला सोनचाफ्याचा सुगंध दरवळायला लागतो.. हा सुगंध प्रत्येकाला अतिशय प्रकर्षाने जाणवतो.. आसपासच्या हाडांचा, पलीकडल्या लालसर पानाच्या फुलांचा , आणि घुस्मटलेले सर्व घाणेरडे वास दूर होतात... सगळीकडून फक्त सुवासिक फुलांचा दरवळ पसरतो. सर्व जण त्या आकृतीला नमन करतात. आजोबांची साधना पूर्ण करून प्रदीप , मानव आणि मंदारला ते यज्ञाची जागा घ्यायला सांगतात ...

आजोबा : “आता आपली इच्छित देवता आली आहे सगळं मंगल करायला” ... “आपल कार्य यशस्वी होण्याकरता यज्ञ चालू ठेवायचा आहे ...

प्रदीप , मानव आणि मंदार घ्या इथं आमची जागा घ्या.. आम्ही आत जातोय. तुम्ही तिघांनी हा यज्ञ आणि मंत्रोच्चार पूर्ण एकाग्रतेने सुरु ठेवा . आहुती अधून मधून द्यायचीच आहे .. आम्हाला आत गेल्यावर किती वेळ लागेल सांगणे कठीण आहे . काही तास जाऊ शकतात.. पण आम्ही आत गेल्यावर तुम्हाला कसलेही दृश्य , आमच्या विव्हळण्याचे आवाज आले तरीही आत येऊ नका ..आपली खुणेची हाक आली तरच मी बोलवेन असे समजा .. स्वतःच्या सद्सद विवेक बुद्धीचा विसर पडू देऊ नका.." आजोबांनी असे सांगितले आणि समोरच्या कुंडातील दोन लाकडे घेत त्याला यज्ञातील अग्नीने प्रज्वलित करून एक सागर च्या हातात दिले ..

आजोबा सागरला जवळ बोलावून म्हणतात : "आत कदाचित तू आणि मी वेगळे होऊ, पण कोणत्याही परिस्थितीत त्या शक्तीचा निकाल लावायलाच हवा . फक्त स्वतःवर विश्वास ठेव बाकी देव आपल्यासोबत आहे .." आणि सागर आणि आजोबा दार उघडून आत प्रवेश करतात.

आजोबा हॉल मधून वरच्या दिशेला पेंटिंगकडे बघतात.. सागर त्यांना सांगायला जातो आणि धम्मम ... एक मोठा प्रकाश ती खोली व्यापून टाकतो . सागर चे डोळे चुरचुरतात. काही काळ असा जातो आणि हळू हळू समोरची खोली स्पष्ट दिसते ..

सागर आता वेगळ्याच खोलीत उभा आहे. ही जागा मात्र ओळखीची वाटतीये.. सागर विचार करतो "पण हि खोली बदलली कशी ? मी कुठे आहे ? हि माझ्या घरासारखी का भासते आहे ? काय जादू आहे हि ? सागर आता चहू बाजूकडे पाहतोय आणि त्याला त्याचेच घर दिसते. त्याच्या घराचा अवतार दिसतोय .. सागर पुढे जातो आणि दुसऱ्या खोलीत पाहतो पण हि तर त्याचीच बेडरूम दिसते.. "अरेच्या, मग बंगला कुठे गेला ? आजोबा का दिसत नाहीत? हि काय भुताटकी आहे?" एक न दोन असंख्य प्रश्न सागरला पछाडतात.. सागर आता खिडकीतून डोकावतो आणि त्याला बाहेरच शहर दिसतेय ... त्याचे घर सातव्या मजल्यावर असल्याने खालचा रस्ता , वाहने , गर्दी दिसते आहे ... तीच तीच गर्दी वर्तुळाकार पद्धतीने फिरतीये... जणू एक टेप रिवाइंड केल्याप्रमाणे.. सागर मोठ्याने आवाज करतोय, आजोबांना हाक मारतोय.. सागर खिडकीतून ओरडून बोलतो "मी माझ्या चेंबूर च्या घरात अडकलो आहे.

आजोबा तुम्ही कुठे आहेत?" असे विचारून पाहतो पण त्याच्या आवाजाशिवाय इतर कोणताही आवाज, ध्वनी येत नाहीये . किंबहुना त्याचाच आवाज आता घुमतो आहे.. सागर चिडून आणखी जोरत ओरडायला लागतो पण त्याचाच आवाज खोलीभर घुमतोय.. वैतागून सागर आतल्या भिंतींना लाथ मारून , हाताने बुक्की मारून देखील बघतो. काही परिणाम होत नाही...सागर (अविश्वासाने) : "नाही माझ्याबरोबर हे खेळ चालले आहेत .. मी बंगल्यातच आहे .. मी हॉल मधेच आहे .. पलीकडे आजोबा देखील आहेत .. हा एक भ्रम तयार झालाय .. मला डोके शांत ठेवून बंगल्याचाच विचार केला पाहिजे .. बाहेर आम्ही यज्ञ करून पुढे निघालो आत आलो , इथे समोर टीव्ही आणि सोफा आहे ..".सागर बंगल्याची रचना आठवायचा प्रयत्न करतो.. सागर अशी कल्पना करून त्या ठिकाणी बसायला जातो पण काही फरक पडत नाही.... नुसता विचार करून काय उपयोग होत नाहीये.... चिडून सागर शेजारी टेबल वर ठेवलेल्या डेस्कटॉपला उचलून खिडकीतून फेकायचा प्रयत्न करतो .. पण खिडकी बंदिस्त आहे ... सागर हाताला येईल ती वस्तू उचलून खिडकी फोडण्याचा प्रयत्न करतो. पण काही केल्या हि काच फुटू शकत नाही.

काही वेळ विचार करून खिडकीतून खाली उतरण्याचा विचार करतो पण खाली उतरण्याची सोय नाही ... आता वैतागून सागर मोठं मोठ्याने त्याच्या शेजारपाजाऱ्यांना आवाज द्यायला लागतो... पण त्याचा काही उपयोग होत नाही. त्याचा आवाज संपूर्ण घरात परावर्तित होऊन घुमतोय.. सागर पुरता फसलाय...अस वाटत कि जणू काही आतल्या खोल्यामध्ये हि तो उपस्थित आहे आणि हाका मारतोय. सागर आता दार उघडून समोर जाण्याचा प्रयत्न करतो.. पण मेन डोअर लॉक आहे.. त्याला बाहेर पडण्याचा कोणताही मार्ग नाही. डोअर आय होल मधून बाहेरच्या हालचालींचा अंदाज घेत सागर दार उघडण्याचा प्रयत्न करतो... पुन्हा फसतो. या घरातून बाहेर हि पडत येत नाही किंवा आवाज हि बाहेर जात नाही. खूप प्रयत्न करूनही काही त्याला मार्ग सापडत नाहीये.. एका बंदिस्त तळघरात तो कोंडला गेलाय... जिथे न आवाज येतोय न कोणी मदतीला दिसतंय... पण सागर हार न मानता ह्याच काल्पनिक घराच्या सर्व खोल्यातुन पुन्हा शोध घेत राहतो. कुठेच वर जाणारा जिना नाहीये.. सागर फिरून फिरून त्याच्याच घरात येतोय. सागर स्वतःला थोबाडीत मारून शुद्धीत आहे का हे देखील बघतो... सागर आजोबांना हाक मारायचा प्रयत्न करतो, पण त्याला कुठूनही

प्रतिसाद मिळत नाही... त्याचाच आवाज खोलीभर घुमतो आहे.. अधिक चिरकला जातोय ... संपूर्ण घरात तो एकटाच आहे .. बराच वेळ जातो काही बदल होत नाही .. कोणाची काही चाहूल, काही आवाज नाही .. आजोबांचा पत्ता नाही.. बंगल्यामध्ये हा खेळ खेळला जात आहे.. भासाचा.. विश्वासाचा ....सहनशक्तीचा... आता एक मोठा प्रकाश संपूर्ण खोलीभर पसरलाय.. सागरचे डोळे दिपतात.

इकडे आजोबांना देखील त्यांचे घर दिसते आहे... पण इथे बराच अंधार आहे.. धुपाच्या ऐवजी कसला तरी घाणेरडा वासाने खोली भरलेली आहे..आजोबांना देखील ही फसवी भासवणारी खोली दिसत आहे. ते सागरला हाका मारण्याचा इथून बाहेर पडण्याचा सगळं प्रयत्न सुरु करतात. त्यांचा ध्वनी परावर्तित होऊन त्यांना ऐकू येत आहे.. खोलीत देव देवतांच्या फोटोस ऐवजी हाडके, प्रेत, खुनाचे लाल भडक मृतदेह टांगलेली दिसतात खोलीत आता उग्र वास यायला लागलाय.. सडलेल्या शरीराचा, घाणीचा... दृष्टी आणि ध्वनी ही दोन्ही माध्यमे इथे काम करत नाहीयेत.. सागर आणि आजोबा आता जगाच्या एका वेगळ्या डिमेंशन मध्ये दोघे अडकलेले आहेत. जिथे आवाज देखील बाहेर पोहोचू शकत नाही. आजोबा त्या परिस्थितीत देखील त्यांचे मन शांत ठेवून आतल्या आत चिंतन करायला सुरुवात करतात..

बाहेर पडण्याचा मार्ग शोधतात.... त्यांच्या जाणिवेत अजून काही बदल होत नाहीये.. त्यांना इथल्या निगेटिव्ह ताकदीची अगर सागरची खूण कुठेच जाणवत नाही... आजोबा पूर्ण एकाग्र चित्ताने त्यांच्या विगन्यानमय कोषाच्या पातळीवरून (through Telepathy) सागर ला हाका मारण्याचा, शोधण्याचा प्रयत्न सुरु करतात... अजूनही सागर शी संपर्क झालेला नाही... जणू आजोबा आणि सागर वेगवेगळ्या क्षितिजावर एकमेकांना शोधण्याचा प्रयत्न करतात..

सागर समोरचा प्रखर उजेड आता हळू हळू कमी होत आहे. सागर डोळे चूर चुरत उघडतो.. आता एक नवीनच घर त्याला दिसत आहे... हे तर त्याचे ग्रॅज्युएशनच्या काळातले अमेरिकेतले एकाचे घर.. भिंती पूर्ण व्हाईट आणि फ्लोअर लाकडी.. अगदी पॉश वाटणारे घर.. सागर हा प्रकार नक्की चाललंय कि त्याला स्वप्न दिसत आहे असा भास होतो. जरा वेळाने त्याला आतल्या खोलीतून कोणाच्या कण्हण्याचा आवाज येतो.. सागर धावत जाऊन पाहतो तर एका माणसाला बेडशी बांधलेले आहे... त्याचे शरीर विचित्र पद्धतीने मुडपल्याने वाकलेले आहे.. शेजारीच एक प्रिस्ट त्याच्यावर पाणी शिंपडून बायबलमधले काही दोहे वाचत आहे.

बराच वेळ प्रयत्न करूनही तो माणूस शेवटी जीव सोडून देतो...सर्व जण रडायला लागतात.. सागर त्यांच्याशी बोलायचं त्यांना हात लावण्याचा , एखादी वस्तू पकडण्याचा सगळा प्रयत्न करतो.. पण काहीही उपयोग होत नाही.. तो एका स्पिरिट प्रमाणे अदृश्य झालाय.. सागरच्या एका अनुभवाचा हा काही भाग त्याला समोर दिसतोय ... दृश्य संपते.. आणखी एक हॉन्टेड खोली... आणखी कोणाचा कण्हण्याचा आवाज .. अघोरी उपाय...त्या माणसाला होणारी मरण यातना...त्या माणसाच्या घरचे हताशपणे बघणे.. **Doughalous Rogo** सोबत सागरचं ते शूट करणं ... शमनचा त्या माणसावर चाललेला अखंड अघोरी उपाय ... भयानक वेदना सहन करत फटके सोसणे... पुढे एका क्षणी स्मशान शांतता.. दृश्य समाप्त .. आणखी एक हॉन्टेड खोली.... आता सागर च्या ध्यानात हा पॅटर्न येत चालला आहे ... त्या घरात आता सागर शिवाय कोणाचेच अस्तित्व नाही.. पुन्हा एक नवीन दृश्य आतल्या बाजूला सुरु होते... तेच आरडा ओरडायचे, किंचाळण्याचे, फटके मारण्याचे आवाज... एकदम सागरच्या ध्यानांत येते आणि तो खाली बसतो...

त्याची ज्योत शेजारच्या टेबल ला लावून ठेवतो आणि डोळे मिटून शांत ध्यान करतो .. गणपतीचा मंत्र -जाप सुरु करतो...पाठीमागून कसले कसले भयाण विव्हळण्याचे , फटक्यांचे, आरडा ओरडण्याचे, ओक्सबोक्सी रडण्याचे, भयाण शांततेचे, वस्तू घासल्याचे, चित्र विचित्र आवाज सतत कानावर पडत असतात .. सागर आता मोठ्याने मंत्रोच्चार सुरु ठेवतो.. यज्ञाच्या वेळेस बाहेर आलेली गणपतीची आकृती डोळ्यासमोर आणण्याचा प्रयत्न करतो... यज्ञाच्या वेळेस आजोबा आणि त्याच्या आवाजतून जो तिसरा ध्वनी आला होता तो आठवण्याचा प्रयत्न करतो सागर आता पूर्ण एकाग्रतेने मंत्रोच्चार करतोय... हळू हळू बाहेरचा आवाज कमी होतो .. सागर आता पूर्ण ताकदीनिशी मंत्राचे पठण चालूच ठेवतो .. त्याला आता ह्या असल्या भीतीची भीक घालण्याची गरज वाटत नाही... डोक्यात निरनिराळे विचार यायला सुरवात होते .. जस जसे बाहेरचे आवाज अधिक अधिक विक्षिप्त होतात तस तसा सागरला मंत्रोच्चारांमध्ये अडचणी येतात... माणसे त्याच्या आर पार निघून जातात , काही ओळखीचे लोकांचे शेवटले क्षण डोळ्यासमोरून निसटतात.. पण आता ह्या चक्रव्यूहातून बाहेर निघण्यासाठी **"No reaction"** एव्हडा एकच पर्याय सापडतो .. सागर डोळे मिटून घेतो.

आता सागरशी बराच वेळ हा खेळ चालतो.. कधी अचानक शांतता पसरते; तर अचानक खोलीची रचना बदलते ... पण सागर देखील हट्टाने पेटून उठलाय . त्याच्या सर्वांगातून फक्त एकाग्रता वाढली आहे ... आता त्याला आजोबांची चिंता , इतर कोणाची फिकीर, काळजी करायची गरज वाटत नाही .. ह्या भासांना परखडपणे दुर्लक्ष करणे हाच सर्वोत्तम उपाय. आता फक्त स्वतःचा सुटकेचा विचारच योग्य वाटतोय... सागर आता स्व तत्वाशी एकरूप होतोय .. त्याला आतून जाणवतंय कि आणखी एक शक्ती त्याच्याशी जोडली जाण्याचा प्रयत्न करतेय .. आता आजोबांचा मनाच्या एका वेगळ्या पातळीवरून संकेत मिळतोय .. जिथे वेळ आणि खोली (स्पेस) हे पूर्णपणे वेगळ्याच परिमाणात **(Dimension)** आहे, जिथे कोणी सामान्य माणूस भोवतालच्या दृश्य जगातून बाहेर पडू शकत नाही, काही विशिष्ट मानसिक पातळीवरूनच ह्या ठिकाणी दरवाजे उघडू शकतात;

सागर आता अंतराळाच्या एका कक्षेत आलाय. त्याला दुरूनच एक मोठा शुभ्र ओजस्वी आकृती त्याच्या दिशेने येताना दिसतेय. सागरला हि आकृती साद घालतेय. सागरला आजोबा अत्यंत तेजस्वी स्वरूपात आल्याची जाणीव होते. सागर त्याच्या फ्रिक्वेन्सी शी जोडण्याचा प्रयत्न करतो.

सागर प्रयत्नपूर्वक ह्या शक्तीच्या संपर्कात येण्याचा खटाटोप करतोय; काही कम्मुनिकेशन्स प्रस्थापित होतात...

सागर आणि आजोबांची हि फ्रिक्वेन्सी हळू हळू जोडली जात आहे.. सागर बऱ्याच खटपटी नंतर आजोबांच्या संपर्कात येतो ... दोघांना आता संपर्क साधण्यासाठी प्रत्यक्ष बघण्याची, किंवा आवाज देण्याची, शारीरिक मर्यादा ओलांडता येत आहे. एका मोकळ्या शुभ्र अवकाशात सागर आणि आजोबा एका वेगळ्या स्वरूपात एकमेकांना ऐकू बघू शकतात ...

आजोबा : "सागर , ऐकू येतंय , कसा आहेस" ?

सागर : "मी अतिशय आनंदात आहे आजोबा" ..

आजोबा : "आता आपल्याला इथून बाहेर पडायचा आहे.. आपला उद्देश वेगळा आहे" ...

सागर : "मी इथेच आहे आजोबा.. फक्त हात लांब करा. मी पोचतोच.."

इतक्यात 'धाम' आवाज होत त्याची लिंक तुटते आणि तो धक्का लागून जमिनीवर पडतो... डोक्यात झिणझिण्या उठलेल्या आहेत .. डोके गच्च पकडून सागर खाली मान घालून बसतो ... अजूनही तो काल्पनिक विश्वात आहे. सागर आजूबाजूला बघतो; आजोबा दिसत नाही... आणि सागर जमिनीवर तसाच पडतो ...

आता हळू हळू एक काळसर आकृती त्याच्या पाठीमागे जमा व्हायला लागते ... सागर त्याच्या हातातली ज्योत घट्ट पकडून ठेवतो .. गणपतीचे नामस्मरण सुरु करतो. हळू हळू त्या शक्तीचा आकार बदलायला लागतो.. सागर अजूनही गोंधळलेल्या अवस्थेतच आहे.. ती काळसर आकृती आता सागर वर झडप घालणार इतक्यात विजेच्या वेगाने एकदम आकाशातून आजोबांचा हात सागरच्या हाताला धरून पुढे खेचतो ...ती काळसर आकृती विखुरते आणि आजोबाच्या ज्योतीच्या फटकाऱ्याने ती आकृती वरच्या दिशेने गायब होते ... समोरची बंगल्याची खोली आता सुस्पष्ट दिसायला लागते.. सागर खाली पडतो.. आजोबा त्याला हाक मारून शुद्धीत आणतात ... सागर आता हळूच डोळे उघडतो .. आजूबाजूला बघतो, वर आजोबाना बघतो आणि सुटकेचा निश्वास टाकतो...

आजोबा :" काय रे , बरा आहेस न?"

सागर : "हो .. जरा डोके ताळ्यावर आहे याची खात्री केली" . (त्याला आजोबा प्यायला पाणी देतात ...)

आजोबा : "असू दे . आपला त्या सैतानाशी प्रथमच सामना झाला आहे आणि अचानक तुझ्याशी ताटातूट झाली. पण तू चांगली हिम्मत दाखवलीस"....

सागर आता उठून उभा राहतो कपडे झटकतो .. हातात ज्योत पकडतो ..

आजोबा : "आपल्याला आता वर जायच आहे .. असाच खंबीर राहा . मंत्रोच्चार सुरु केला होतास तसाच चालू ठेव.. तुला मी अजिबात एकटा पडू देणार नाही" ..

सागर एकदम आजोबांकडे बघतो .. ज्योत हातात घेऊन आजोबा विलक्षण तेजस्वी दिसतात .. त्यांच्या डोळ्यात एक आग आहे . आवाजाला एक वजन आले आहे. त्यांचा हा अवतार सागर प्रथमच पाहत बसला .. वय सत्तरीत पोचून देखील अंगात तरुण माणसाचे सळसळते रक्त आहे. जणू आजोबाना अशा परिस्थितीला तोंड देण्याची सवय असावी.. सागर आणि आजोबा आत्मविश्वासाने जिन्याच्या दिशेने एक एक पाऊल उचलत दोघे वर पोचतात.. वरती येऊन आजोबा डोळे मिटून काहीतरी शोधण्याचा प्रयत्न करत आहेत ... सागर त्यांच्या गंभीर चेहऱ्याकडे पाहून म्हणतो "आजोबा इथल्या डाव्या खोलीतच ती शक्ती असू शकते.. आम्हाला इथेच त्याचा अनुभव आला आहे ..." मात्र आजोबा उजव्या खोलीकडे पाहत सागर ला म्हणतात "आठवतंय तुला, तूच मला त्या ब्रोकर च्या विषयी सांगितलं होता.. तो ब्रोकर याच खोलीतल्या तबकडी ची पूजा करायचा ते..

याच खोलीत त्या असुरी शक्तीचा वास आहे .." आजोबाना उजव्या हाताच्या खोलीतूनच काही विशिष्ट फ्रिक्वेन्सी सापडतात .. आजोबा उजव्या खोलीकडे एकटक नजर रोखून आहेत असे सागर च्या ध्यानात येते . उजव्या खोलीत आजपर्यंत कोणी गेलेले नव्हते . जे गेले ते या बंगल्याच्या कैदेत अडकून राहिलेले होते ...आजोबा : "मला इथेच त्याच्या अस्तित्वाची खूण मिळतिये. आपल्याला त्या तबकडीच्या शोध घ्यायला हवा. आपण त्याचा नायनाट इथेच करायला हवा सागर, चल . "

इतक्यात उजव्या खोलीमधून एक मोठी काळसर आकृती घोंगावत समोर येते आणि दोघांवर झेप घेत खाली पडते. हि आकृती अंगावरून गेल्याने एक प्रकारचा मोठा हादरा सागरला बसतो...आणि आजोबांना हवेत उचलून ती आकृती डावीकडच्या खोलीत गायब होते.. दार जोरात आवाज होत बाहेरून बंद होते... एका मोठ्या वादळात सापडल्यावर अगर समुद्राचा तडाखा बसल्यावर होते तशी अवस्था बिथरलेल्या सागरची होते ... दाराचा आतून एक मोठा प्रकाश फेकला जातो आणि इतक्यात कर्कश्य वाटणारा मोठा आवाज होऊन बंद होतो.. सागर स्वतःला सावरत खोलीच्या दिशेने धावतो.. दारावर आदळ आपट करत मोठमोठ्याने आजोबांना आर्त हाका मारत सागर दार उघडण्याचा भरपूर प्रयत्न करतो.. पण हाताला शॉक बसल्यासारखा तो दूर जाऊन पडतो... हाताला झिणझिण्या उठतात... विव्हळत सागर डोळे पुसतो... हृदयाचे

ठोके अचानक जोरात धावतात आणि त्याला दरदरून घाम येतो... आता पुन्हा सागर एकटा पडला होता... "आता काय करायच"? "आजोबासोबत हा इव्हील स्पिरिट काय काय करेल"? "मी त्यांच्यापर्यंत कसा पोहोचू? बाहेर पडून सगळ्यांना बोलावू का?"सागर अतिशय बैचेन झाला.. इतक्यात त्याची नजर खालच्या ज्योतीकडे जाते... आणि आजोबाचे बोल त्याला आठवतात.. '*आपला उद्देश एकच आहे. त्या शक्तीचा नायनाट करणे*.. "हि संधी आहे.. आता मलाच हिम्मत करून त्या तबकडीच्या नाश करायला हवा" .. सागर मनात मारुतीचे नाव घेत आत्मविश्वासाने ज्योत पकडतो.. एक एक पाऊल टाकत खोलीसमोर उभा राहतो.. किल्लीने खोलीचे दार उघडतो... आणि आत प्रवेश करतो...समोर गोपालदास असतो.... अचानक गोपालदास दिसल्याने सागर चमकतो.

गोपालदास अत्यंत क्रूरपणे त्याच्याकडे पाहत म्हणतो : " शेवटी आलासच का तू?? बाहेर त्या थेरड्याला बघ कसा फरफटत घेऊन गेला तो सैतान आता पार लक्तर काढेल त्या थेरड्याची ... मग ये त्याची हाडकी शोधायला ये पुन्हा" ... सागर त्याच्या बोलण्यावर चिडतो : "तू आहेस कोण रे ? तुझा काय संबंध ह्या घराशी" ?

गोपालदास : "वा माझ्याच घरात येऊन मलाच विचारतोयेस ? मी इथेच असतो

सागर : "तुझ आमच्याशी काय वैर आहे" ?

गोपालदास : "तू आणि तो थेरडा दोघांनी ह्या गोपालशी पंगा घेऊन फार मोठी चूक केलीये..."

सागर 'कोण हा गोपाल' असा विचार करत त्याला नीट निरखून पाहतो.. त्याला कधीही त्याने बंगल्याच्या आसपास पाहिलेले नव्हते..

गोपालदास : "असा तसा नाही जाऊ देणार तुला ..इथे माझाच आदेश चालतो" .. आणि अस म्हणून गोपालदास सागर ला घाबरवायला हवेत झेप घेत सागरच्या दिशेने येतो . आणि सागर बचावासाठी हातातली ज्योत पुढे करत मान खाली घालतो .. गोपालदास स्वतःच्या फुशारकीने मोठ्याने हसतो ...

गोपालदास : "तू कितीही मंत्र जाप कर माझ्या परवानगीशिवाय कोणी इथे प्रवेशच करू शकत नाही .. " सागर देखील आता चेव येऊन गोपालदास वर हल्ला करायला जातो; पण गोपालदासच्या आर पार जात समोरच्या कपाटावरती जाऊन धडकतो ...

गोपालदास : "अरे मुर्खा .. शरीराच्या मर्यादा ह्या गोपालदासने कधीच ओलांडल्या होत्या" .. "तुझ्या शक्तीचा काहीही उपयोग नाही माझ्यावर.." सागरला समोरच्या कपाटात काहीतरी प्रखर गोष्ट असल्याच जाणवत...

सागर मागे न वळताच कपाट उघडतो.. आणि त्याला एका कोपऱ्यात ठेवलेल्या चमकणाऱ्या तबकडीच्या प्रकाश झोत दिसतो... त्या तबकडीला बघून सागरचे डोळे चमकतात.. तबकडी मध्ये एक आयताकृती पोकळी असते.. जणू काही आत बाहेर येण्याकरता ठेवलेली मोकळी जागा.. त्या तबकडीला लाल कुंकू, बुक्का व काही फुले चिटकवलेली दिसतात... सागर ला जे पाहिजे ती वस्तू समोरच आहे.. गोपालदास पाठीमागून बोलतो : " घे, घे" ... आणि सागर तबकडी उचलायला जातो तोच झटका येऊन बाजूला सरकतो .. गोपालदास : "काय रे काय झालं ? कुठे गेली तुझी शक्ती" ? आणि गोपालदास कुत्सित पणे हसत त्याच्या खिशातून एक बिडी बाहेर काढतो आणि शिलगावून ओढायला लागतो... सागर झटक्याने हात चोळत बसतो... गोपालदासच्या बोलण्याकडे पूर्ण दुर्लक्ष करत सागर हातातल्या ज्योतीने ती तबकडी पेटवण्याचा प्रयत्न करतो ... पण त्याचा काहीही परिणाम होत नाही.. ज्योतीची आग थोडी विझते ... सागर झटकन हात बाजूला घेतो ... गोपालदास पाठीमागे हसत रहातो... सागरच्या आता काहीही लक्षात येत नाहीये .. इथे सर्व पर्याय उपाय संपलेले होते... खोलीबाहेर पडता हि येत नव्हते आणि त्या गोपालदासशी सामना देखील करता येत नव्हता ... अचानक सागर ला धुराचा वास आल्यासारखा येतो .. अचानक सागरची नजर खाली पायापाशी जाते ...

खाली एकदम धूर व्हायला सुरुवात होते.. सागरची नजर आता पाठीमागे वळून सगळीकडे त्याला आता धुरच धूर दिसतो... अस्वस्थ करणारा , उग्र वासाचा , दम घुटवणारा धूर ... सागर अनावधानाने काही धूर घेतो आणि त्याला असह्य होते .. त्याच्या डोक्यावर भयानक ताण येतो... गोपालदास धुरात अस्पष्ट दिसतो... इतक्या धुरात सागर ची शुद्ध हरपते . धक्का लागून खाली पडतो आणि हातातली ज्योत शेजारीच पडते ...

सागर आता एका वेगळ्याच परिसीमेवर, परित्यक्त्यात येऊन पोचला आहे .. अतिशय कोरडे, रुक्ष वातावरणात आणि तप्त उन्हात तो उभा आहे .. नाही त्याला गोपालदास पाठीमागून गळ्यात गच्च रस्सीने धरून ठेवले आहे ... गोपालदास त्याला खिजवत खिजवत रस्सीला झटके देतोय .. हात बांधलेले आहेत.. पायाखाली तप्त वाळू आहे... पायाला भयानक चटके बसत आहेत .. आणि वर मानेला सतत येणारे झटके ... भरीस भर म्हणून गोपाळदासचे विक्षिप्त हसणे ... आता हळू हळू सागरच्या तडफडीने पायाखालची वाळू सरकत आहे.. अशा प्रखर प्रकाशात आता डोळे उघडण्याची देखील त्राण त्याला नाहीत... आणखी एक भास... सागर स्वतःला काही सेकंद मिळवण्याच्या प्रयत्नात आहे.. डोळे बंद करून बंगल्या

समोरचा चालू यज्ञ आठवायचा प्रयत्न करून पाहतोय... यज्ञातील आकृतीला सागर बोलावत आहे .. मदतीची याचना करतोय. सागर आता स्वतःला यज्ञा समोरील तेजस्वी हेरंब गणपतीला याचना करून इथून बाहेर पाडण्याचीही मदत मागतोय..."मला संपवायला निघालंय" असं म्हणत दात ओठ खात गोपालदास सतत रस्सी हलवतोय. सागरची एकाग्रता ढासळून तो आता त्याला होणाऱ्या त्रासाचाच विचार येतोय.. सतत हेलकावण्याने सागरची मान आता जोरात घासली जात आहे .. जागचा हलल्याने खालची वाळू देखील सरकत सरकत आहे. आणि फास अजून घट्ट आवळत चाललाय. सागर त्याला होणाऱ्या त्रासाचीच फक्त कल्पना करून दुःख करत आहे.... पण अचानक त्याच्या लक्षात येते को तो तर आता त्या खोलीमध्ये जमिनीवर आडवा पडला आहे.. त्याचे शरीर आणि त्यासोबतच्या सर्व शारीरिक जखमा ह्या कॉन्शिअस शरीराला इजा पोचवू शकत नाही.. हा त्रास मानसिक पातळीवर होतोय. त्याचे मानसिक खच्चीकरण करण्यासाठी.. 'माझा आत्मा स्वतंत्र आहे'; 'मला मनाच्या ह्या पातळीवरून स्वतःच्या भावनांवर ताबा मिळवायलाच हवा'. 'मला कोणत्याही रस्सीने अगर तप्त वाळूने इजा पोचू शकत नाही... हा त्रास देखील मनाची एक वेडी कल्पना आहे'.

सागर आता त्याचे लक्ष फक्त मूर्तीवर, यज्ञावर आणि हाक मारण्यावर केंद्रित करण्याचा प्रयत्न करतोय.. जरा वेळ असाच घुसमटत हेलकावे खात जातो... पण काही केल्या मदत त्याच्यापर्यंत अजून येत नाहीये .. गोपालदास पुन्हा पुन्हा बरळत राहतो : "इथे कोणी पोचू शकत नाही . इथे मीच तुला घेऊन आलोय .. हि जागा फक्त माझी आहे". सागर त्याच्या बोलण्याचा परिणाम स्वतःवर अजिबात होऊ देत नाहीये .. सागर संपूर्ण बळानिशी स्वतःची शक्ती पणाला लावतो .. यज्ञ, गणपतीची आकृती आणि मंत्रोच्चाराचा नाद हेच विचार सतत त्याच्या डोक्यामध्ये फिरत आहेत.. आजोबांबरोबर मंत्रोच्चाराच्या वेळेस काही विशिष्ट लहरी निर्माण होऊन त्याला आवाजाची लय , तरंग मिळाली होती .. त्याच लहरींशी पुन्हा एकदा जोडून सागर आता हेरंब गणपतीला साद देतोय ... मदतीची पुन्हा पुन्हा याचना करतोय .. त्या शक्तीला आवाहन करत आहे... स्वतःभोवती होणाऱ्या असह्य त्रासाची आता त्याला फिकीर नाहीये ... त्याचे शरीर वेगळ्याच स्थानी आहे. आणि मन खंबीर आहे. गोपाळदासच्या कल्पित आभासी जागेत स्वतःला कोंडून न ठेवता लक्ष फक्त आणि फक्त एकाच मूर्तीवर आकृतीवर ती देवता इथे आल्याच्या

विश्वासावर ठेवले आहे..

इकडे आजोबा डाव्या खोलीत येतात .. समोरच ती काळसर आकृती चित्र विचित्र आकार घेत खोलीभर फिरत आहे. आजोबा त्याच्या फिरण्याकडे दुर्लक्ष करत हातात पाणी घेऊन काही मंत्र म्हणायला सुरुवात करतात. ती काळसर आकृती आता खोलीत एक वादळ घेऊन येते... खोलीची रुंदी आणि लांबी आपोआप वाढायला लागते .. हळू हळू वादळ मोठे व्हायला लागते.. आजोबा त्यांचे हातातील पाणी स्वतःभोवती गोलाकार शिंपडून टाकतात... हे वादळ उग्र रूप घेते. वादळ आता आजोबा भोवती फिरत आहे .. पिसाटल्याप्रमाणे बिबित्स्य आवाज करत आहे. पण ते एका अंतरावर राखूनच... त्याचे खुनशी सुळे वखवखल्या वासनेने विचकतात.. आजोबा आता घट्ट डोळे मिटून समोर त्यांची ज्योत धरून फक्त त्यांचा मंत्र जाप सुरु करतात .. घोंघावत कमी कमी होत जाते ... ह्या सैतानाचे खरे रूप आता प्रथमच समोर येत आहे .. विरळ झालेले कण एकत्र येऊन एक ओंगळवाणं आकार बनतो . धड न मानव धड न मायावी राक्षस असा हा विखुरलेला , अंगावर काळसर सावली असलेला, विक्षिप्त- छद्मी हास्याचा , संपूर्ण काळ्या डोळ्याचा,

भीषण विशाल जबड्याचा, विसंगत आकाराचा असा भला मोठा १२ -१४ फूट उंच असा अक्राळ विक्राळ आकार समोर येतो . ह्या आकारासमोर उभ राहण्याची कल्पनाही थरारक होती .. सामान्य माणसाचा ह्या आकृतीसमोर काही सेकंद भर टिकाव लागला नसता.... आजोबा मात्र अतिशय धीराने तोंड देत त्याचाशी सामना करत आहेत. हि असुरी शक्ती आता आजोबांकडे अतिशय हीन, तुच्छतेच्या भावनेने बघतेय.. आजोबा देखील तितक्याच तिखट्पणे त्याचा सामना करायला तयार झालेत .. काही क्षण असे जातात.. आणि मग तो काळसर सैतान आजोबांसमोर त्याच्या मायावी शक्तीने एक एक चित्र दाखवायला लागतो ... हि दृश्य इथेच जीव सोडलेल्या आणि जीव घेतलेल्या अशा सर्व माणसाची आहेत... काही गलिच्छ, काही भयानक, काही अतिशय क्रूर-निर्घृण खून केलेली , काही अंगावर काटा आणणारे रक्त पात... आजोबा ह्या सर्व दृश्यांकडे दुर्लक्ष करत डोळे मिटून घेतात आणि मनातल्या मनात पुटपुटतात. आणि एकाग्रचित्ताने हातात ज्योत पुढे करत शक्तीचे आवाहन करतात. हळू हळू आजोबांच्या पाठीमागून एक तेजस्वी प्रखर प्रकाश बाहेर पडतो. आणि त्याची व्याप्ती मोठी होत जाते. आता समोरच्या सैतानापेक्षा मोठा असा आजोबांचा

'Aura' विराट रूप घेतो. आणि त्याबरोबर खोलीतील घोंघावत कमी कमी होत जातेय. आजोबांचा 'Aura' स्वच्छ, शुभ्र आणि तेजस्वी आहे. आणि त्या खोलीतील नकारात्मक ऊर्जा हळू हळू विरून जाते आहे. खोली स्वच्छ होत आहे. बहुदा त्या सैतानाला हे अनपेक्षित असावं आणि एका वेगळ्याच मार्गाने आजोबांना मात देण्याच्या तयारीने त्याचा पवित्र एकदम बदलतो. आणि आता खोलीत त्यांना प्रदीप आणि मानवचा आवाज ऐकू येतो. प्रदीप आणि मानव सागरला आर्त हाका मारत बाहेर काढण्याची विनवणी करत आहेत. आता त्यांचा स्वर बदलतो दोघे हि ओरडायला लागलेत... मधूनच सागरचा आवाज येतो.. सागर अतिशय क्रूरपणे दोघांना आत सडण्याची धमकी देतोय.. चमकून आजोबांचे डोळे उघडतात... काही वेळाने मंदार दार उघडतो आणि सागरचा तो भयानक चेहरा समोर येतो, त्याचे डोळे विखारी लाल झालेत, केस विखुरलेले, तोंडातून रक्त सांडत आहे, आवाजात खुनशीपणा आलाय. आता हा सागर आजोबांकडे वळून म्हणतो "मूर्ख म्हाताऱ्या, तुला इथे आणण्याचाच हा सगळा खेळ होता .. मी सागरला कधीच वश केलय.... समोरच्या रूम मध्ये त्याचा फडशा पडलाय; आता तो केवळ माझे साधन झालाय"... आता आजोबांना सागरच्या हातात

सुरा दिसतोय ..."थोड्यावेळाने खालची मंडळी देखील मी बोलावून घेऊन आणि एक एक करत मी त्यांचा बळी देईन इथेच ..आधी तुझ्यापासून सुरुवात करतो... मला क्षुल्लक माणसाची गरज नाही .. आधी तुला संपवल्यावर मी अधिक शक्तिशाली होईन".

आजोबा : "माझ्या सामर्थ्याकडे पाहून घाबरला काय तू ... अचानक हे रूप घेतलेस? कळली तुझी हिम्मत" ...

सैतान : "हे माझ घर आहे .. मला कोणीही संपवू शकत नाही. इथे फक्त माझा आदेश चालतो .. माझ्यासमोर कोणी उभा ठाकत नाही"

आजोबा : "अरे हट .. तू कोंडून ठेवलेली सर्व आत्मे मी मगाशीच मुक्त केलेले होते ... आता तुझा कोणावरही प्रभाव चालणार नाही" .. अस म्हणत आजोबा ज्योत पुढे करत त्याला हुलकवणी देतात ...

सैतान आता पूर्ण शक्तीने मोठा वारा त्या ज्योतीवर धडकावतो ...

आजोबा : "ताकद मनात असते . ज्योत फक्त एक साधन आहे .. ती तू कधीच विझवू शकणार नाहीस" ...

आता एक मोठा आवाज करत तो आजोबांवर सर्व शक्तीने झेप घेतो .. आणि आजोबा त्या धक्क्याने खाली

पडतात ... त्यांची ज्योत हातातून निसटते आणि अर्धवट विझते ....खोली आता अंधारात आहे...

हळू हळू सागरची अवस्था देखील बिघडत चालली आहे.. पण त्याचा निर्धार अटळ आहे. वाट्टेल ते झाले तरी हिम्मत न हारता पुन्हा पुन्हा साद घालतोय... त्याच्या ह्या कॉन्शिअस शरीरात आता त्राण यायची याचना घालतोय... गोपालदास सागरच्या तडफडीचा असुरी-आनंद घेत सागरच्या मानेला रस्सीने हेलकावे घालत जखमी करत आहे; मात देतोय... सागर आता शेवटल्या घटकेत पोचला आहे .. त्याच्या सहन शक्तीची मर्यादा अधिक अधिक ताणली जात आहे. ..आता रस्सीच्या आवळण्याने सागर गणपतीला साद देखील घालू शकत नाहीये .. एका क्षणी सागर आता ह्या अवस्थेत देखील प्राण सोडून जाईल काय असे वाटताच एका एकी त्याची बारीक नजर समोर जाते... त्याच्या समोर एका अग्नी कुंडातून विविध आकृत्या बाहेर येतायेत...गोपालदास झटकन डोळे मोठे करून समोर बघतो .. आता ह्या सर्व आकृत्यांचा स्फटिक प्रमाणे पांढरा शुभ्र रंग ह्या तप्त उन्हात लाखाखून येतोय ...गोपालदास अविश्वासाने पाहत राहतो आणि त्याच्या हातून रस्सी खाली पडते आणि पुढच्या क्षणातच सागरचे पाय जमिनीला टेकतात... तो आता जमिनीवर पडून राहिला आहे .. गळ्याभोवतीची जीवघेणी रस्सी, आजूबाजूची रेती , तप्त ऊन सर्व एकाएकी गायब होऊन जाते...

आजूबाजूला नुसता खोलीतला करड्या रंगाचा धूर आणि त्याला बाहेर घालवणारे ह्या शुभ्र आत्मे ...सागर त्याच अवस्थेत खाली तळपत असलेल्या ज्योतीकडे पाहतो. ज्योत विलक्षण पेटलेली आहे ... त्यात एक पवित्र ताकद उतरलेली आहे .. जणू देवाचाच चमत्कार ... सागर च्या डोळ्यातून अश्रू बाहेर पडतात ... आता ह्या आकृत्या आता स्वतःभोवती एक प्रकारचे मंडळ करून खोलीतला धूर बाहेर ढकलायला लागतात ... गोपालदासला हे अनपेक्षित होते ... त्याची नजर एकदम खोलीत आलेल्या ह्या चमत्काराकडे जाते .. हा काय प्रकार चालू आहे हे गोपालदासच्या ध्यानात येते आणि त्याची शक्ती वापरून गोपालदास त्या रिंगणात काही मायावी शक्तीने विघ्न आणत फुत्कारतो . प्रतिउत्तरादाखल ह्या शुभ्र शक्तीचे जाळ गोपालदास ला चारी बाजूने गोलाकार चक्र निर्माण करत घेरतात.. आणि चहू बाजूंनी त्याच्यावर तुटून पडतात. खोलीत धवल रंगाचा संचार झाला आहे.. गोपालदास स्वतःच्या बचावाचा प्रयत्न करतो, पण इतक्या मोठ्या ताकदी पुढे त्याचा कोंडमारा होतो. आता गोपालदास च्या समोर एक ताकदवान शक्तीच उभी ठाकली आहे .. सागर विस्फारलेल्या आणि संतुष्ट नजरेने समोरच्या दृश्याकडे पाहत खालची ज्योत उचलतो ... आणि ज्योतीमधील काही ठिणग्या उडून गोपालदास ला जागो जागी जखमी करत आहेत.. भोवती हे पवित्र आत्मे चक्राकृती फिरत

गोपालदासला हलण्याची मुभा देत नाहीत; गोपालदास भाम्भावलेल्या अवस्थेत त्याची शक्ती बाहेर काढू शकत नाहीये.. आता गोपालदास वर सर्व बाजूंनी हल्ला तीव्र होत जातोय आणि असंख्य फटकाऱ्यांनी गोपालदास जेरीस येतो. मोठमोठ्याने गया वया करत बाहेर पडण्याचा मार्ग शोधतो.. काही केल्या सुटकेचा मार्ग त्याला मिळत नाही. सर्व बाजूंनी फक्त जोरात चौफेर फिरणारे शुभ्र आत्मे त्याच्या वर हल्ला चढवीत त्याचा जीव नकोसा करतात. आणि मोठा आवाज होत एकदाचा तो खाली पडतो .. गोपालदास गंभीररित्या कमजोर झाला आहे ... जमिनीवर खाली पडून तो एकदा त्या कपाटातल्या तबकडी कडे आशेने हात पुढे करतो . इतक्यात त्या तबकडी मधून एक चमकणारा प्रकाश बाहेर पडून गोपालदास ला घेऊन जातो .... काही क्षण ह्या घिरट्या घालणाऱ्या आकृत्या हळू हळू त्या ज्योती मधेच परतायेत.. सागर हा संपूर्ण चित्तथरारक अनुभवाने अचंबित होतो..

सागर ती तेजस्वी आणि प्रखर ज्योत उचलतो; सोबत खालची तबकडी देखील हातात ठेवतो .. तबकडी आता जड आणि गरम लागते आहे .. दोन्ही घेऊन सागर खोलीच्या बाहेर पडतो .... इतक्यात समोरच्या रूम मधून एक मोठा कर्कश्श आवाज होतो जणू एखादा भल्या मोठ्या डोंगरात स्फोट व्हावा तसा... खोलीतून मोठा प्रकाश येऊन लोप पावतो .. सागर बाहेर उभा राहून एकाएकी पाहत राहतो.

या क्षणी काय करू असे सुचत नाही... आणि इतक्यात एक दैवी आवाज सागरच्या विचारात शिरते आणि त्याला तबकडी घेऊन खाली यायचे संकेत देते... सागरची विचार शृंखला इथे थांबते.. अतिशय पॉसिटीव्ह व्हाइब्स सागरला जाणवतात... अचानक एका ताकदवान ऊर्जेच्या स्रोताचे तिथे आगमन झाले आहे. सागरला एक नवीन, अतिशय शक्तिशाली ऊर्जा त्याच्या नसा-नसात सळसळत असल्याचे जाणवते आहे. हा अनुभव त्याला नवखा आहे. जणू त्याच्यामध्ये दैवी शक्तीचा संचार झाला असावा.. एकाएकी हाताला जड आणि तप्त लागणारी तबकडी हलकी वाटायला लागते.. गेल्या २ तासामध्ये त्याच्या मनावरचे सर्व ओझे, यातना, तणाव एकाएकी नाहीसे वाटायला लागतात.. सागर त्याच्या या अंतः प्रेरणे वर विश्वास ठेवत जिना उतरत बंगल्याच्या बाहेर पडतो.. बाहेर प्रदीप , मानव आणि मंदार अगदी जागरूकपणे यज्ञ कुंडासमोर बसलेले दिसतात .. सागर धापा टाकतच ती तबकडी त्या यज्ञ कुंडात वाहतो ..आणि एकाएकी यज्ञकुंडातून किंचाळण्याचे, ओक्सबोकसी रडण्याचे आवाज येतात.. एक छोटा स्फोट होऊन ती तबकडी अग्नीत विलीन होते.. यज्ञ कुंडातून हळू हळू काही शुभ्र आकृत्या बाहेर पडत आहेत... अचानक वातावरणात चैतन्य निर्माण झाले आहे.. सर्व जण ह्या प्रकाराकडे पाहून भारावलेले आहेत..

सर्वांना ह्या देवतेच्या ऊर्जेची जाणीव व्हायला लागते. आपोआप हात जोडले जातात. एक आवाहन पूर्ण झाले आहे ..

एव्हढ्यात बंगल्याच्या आतून वरच्या मजल्यावरून काही मोठे आवाज येतात.. जमीन धसल्याचे, माती उडाल्याचे... सागर बंगल्याच्या दिशेने धावतो आणि जिन्यावरून उड्या मारत वरच्या मजल्यावर येतो... खोलीतून खूप मोठा प्रकाश आता बाहेर येत आहे.. त्या बरोबर काही उग्र वास देखील बाहेर पडतात... सागर हातातली ज्योत घट्ट पकडून खोलीचे दार उघडतो आणि समोर त्याला काही काळसर लपटे खोलीच्या आत विखुरलेले दिसतात.. काही आजोबांच्या चेहऱ्यावर विसावलेले दिसतात .. आजोबा एका वेगळ्याच पवित्र्यात दिसतात ... सागरला बघताच काही श्वास घेत खाली गुडघ्यावर बसतात... संपूर्ण खोलीभर काळ्या ठिपक्यांनी आच्छादन केलेले आहे ... सागर आजोबांना वर उठवायचा प्रयत्न करतो.. त्याच्या चेहऱ्याला साफ करत हाक मारतो... आजोबा डोळे उघडतात... आजोबा म्हणतात : “आपण यशस्वी झालोय”... आणि त्यांच्या चेहऱ्यावर एक सौम्य हास्य येते. सागर देखील त्यांच्याकडे पाहून त्यांना सावरत हसतो.. अनावधानाने सागरच्या हातातली ज्योत एका कोपऱ्याला लागून खोलीत आग लागायला सुरुवात होते... आजोबा सागर कडे कौतुकाने पाहतात...

सागरच्या चेहऱ्यावर त्यांना एक विशेष तेज जाणवते. सागरला देखील आजोबाच्या चेहऱ्यावरचा थकवा जाणवतो.. सागर: "आजोबा, तुम्ही ठीक आहात? खूप दमणूक झाली का? आजोबा : "नाही रे, तुला बघून पुन्हा ऊर्जा आलीये". इतक्यात खाली पडलेल्या त्या काळ्या कपट्याना आग धरते.. आता आगीने जोर पकडत खोलीत मोठी आग पसरायला लागते आणि धूर व्हायला लागतो... दोघाचे लक्ष विचलित होते आणि खोलीभर पसरलेल्या आगीकडे पाहून सागर आजोबांना उचलून खोलीबाहेर पडतो .... आता हळू हळू बंगल्याची जमीन हादरायला लागलीये.. जणू पृथ्वीचे पोट फाडून सगळच्या सगळा बंगला गिळंकृत होईल काय असे वाटते.. वरचा मजला आगीच्या फोफाट्यात सापडलाय ... कसे बसे आजोबांना खांद्यावर आधार देत सागर खाली आणतो... तळ मजल्यावरील सर्व वस्तू भूकंपाच्या धक्क्याने इतस्ततः पडल्या आहेत आणि खाली उतरतानाच आजोबांच्या आणि सागरच्या हातून धक्का बसून ज्योत निसटते आणि खाली पडते. सागर पूर्ण शक्तीनिशी आजोबांना घेऊन लगबगीने घराबाहेर पडतो ... आणि बघता बघता तळ मजल्यावर देखील आगीचे लोण पसरू लागतात... संपूर्ण बंगल्याला आता थरारून कंप सुटायला लागतो...

सागर आणि आजोबा घराबाहेर पोचतात.. बाहेर प्रदीप आणि मंदार दोघांना आधार देत बंगल्याच्या आवारात आणतात ... आजोबा हातानेच "इथून बाहेर पडा" अशी खूण करतात ... आणि मंदार , मानव , प्रदीप , सागर बंगल्याच्या आवारापासून दूर होतात ...गाडीपाशी पोचतात .. आणि एका एकी ते घर पत्त्याच्या बंगल्याप्रमाणे ढासळतो.. खूप मोठा आवाज होतो.. आजूबाजूची जमीन हादरते.. प्रचंड धूळ उडते.. पण आग काही विझत नाही.. लाकडी, कापडी, सगळ्या वस्तू आगीच्या लपटेत जाळून खाक झाल्या आहेत.. जिना, खांब, आणि बंगल्याचा जुना ढाचा आता विखरून फक्त मातीचा ढिगारा उरलाय. ह्या ढासळलेल्या वास्तूतून काही काळसर विखुरलेले कपटे वरती उरतात आणि अर्धवट किंकाळी देत आकाशात मोठा थर जमा होतो आणि विरून जातात.. धुळीत आणि आगीत सापडलेल्या बंगल्याचे एकही अवशेष शाबूत राहत नाहीत ... काही काळ आकाशात धूर, धूळ आणि हे विखुरलेले कण बघायला मिळतात..आणि ते कण कुठेतरी लांब दूरवर निघून जातात.

आजोबा त्या दृश्याकडे चौघांना बोट दाखवत सांगतात :"हि शक्ती आता इथे परत यायची नाही".. "आपल कार्य इथे

संपलाय.. चला".. इकडे गाडीत मानव आजोबांना पाणी देतो. ४ बिस्किटे खायला देतो ... आजोबा जरा स्थिर स्थावर होतात ... बंगला आता पूर्णपणे जमीनदोस्त झाला आहे... मंदार गाडी सुरु करतो इतक्यात आजोबा स्वतःशीच पुटपुटत अचानक त्याला थांबवतात आणि गाडी त्या यज्ञ कुंडापाशी गाडी घ्यायला सांगतात.. गाडी पोचताच आजोबा उतरतात. पाठोपाठ सर्व जण उतरतात.. भग्न झालेले समोरचे अवशेष सागरच्या मदतीने ओलांडत आजोबा चप्पल काढून यज्ञ कुंडाला हात जोडून नमस्कार करतात .. आणि यज्ञ देवतेचे आभार मानतात .. सागर देखील मनापासून हात जोडून उभा राहतो .. आजोबा सागरला खुणेने विचारतात.. सागर कुंडाकडे बोट दाखवतो. आता आजोबा शेजारच्या लाकडानेच त्या यज्ञकुंडात जळालेली लाकडे, काट्या, जमा झालेली धूळ, सिमेंट, दगडाचे अवशेष, माती सरकावतात... त्यांना तिथे चेपलेली, अर्धवट जळालेली काळसर तबकडी दिसते ... आजोबा काय करतायेत हा प्रश्न चौघांना हि पडतो .. सागर देखील कुतूहलाने बघतो .. सागरच्या मते त्या बंगल्यातील नेगेटिव्ह शक्ती पूर्ण संपुष्टात आली आहे.. तिघे जण सागरला डोळ्याच्या खुणेनेच विचारतात काय झालाय आणि सागर मोठ्या आत्मविश्वासाने खुणेनेच

झाले " आहे असे दर्शवतो... आजोबांच्या चेहऱ्यावर प्रश्नार्थक नाही परंतु काही गंभीर भाव दिसतात... ते कशाचा विचार करत आहेत याच्याच विवंचनेत मंदार त्यांच्या पाठीमागे जातो .. आजोबा त्याला पाहून त्या जळालेल्या तबकडील बाजूला काढायला लावतात.. आणि त्याच्या मदतीने तबकडीचे ठोकून ठोकून तुकडे करतात.. तिघांना आजोबांची हे वागणे चमत्कारिक वाटते पण आजोबा बरोबरच करत असावेत असा त्यांना भरवसा वाटतो.. काही वेळाने ठोकून ठोकून बारीक झालेले ते तुकडे आजोबा त्यांच्या पिशवीत भरून घेतात.

आजोबा: "चला इथून हलूया...नाहीतर कोणीतरी आपल्याला घरफोड्या म्हणून संशय घेतील. वाटेत बोलू. आजोबा एकदा विहिरीपाशी येतात... खाली कोरडी ठाण विहीर दिसते. स्वतःशीच मान डोलावतात... आजूबाजूला नजर टाकतात.. सगळीकडे धुळीचे कण त्यांना दिसतात. शेवटी गाडीच्या दिशेने कूच करतात.. आणि सर्वजण गाडीत बसतात.. आजोबा त्यांच्या दुसऱ्या पिशवीतून एक लाल कापड बाहेर काढतात आणि त्या तबकडीच्या छोटे तुकडे त्यात बांधून घेतात. आजोबांचे मंत्र जप आणि कसले तरी पुटपुटणे चालू आहे ...गाडी सुरु होते आणि बंगल्याचे फाटक ओलांडते.

RESOLUTION

सागर इथे वेगळ्याच जोशात आहे. त्याला गप्प बसवत नव्हते...त्याला खूप काही बोलायचंय.. त्याचा अनुभव शेअर करायचंय त्याच्या मित्रांबरोबर.. मात्र मगाशी घडलेल्या सर्व दैवी आणि असुरी अनुभवांचा त्याच्या मनावर काही परिणाम झालेला आहे.. सागर आता घडलेला सर्व थरारक अनुभव मनात क्रमा क्रमाने बांधतोय... काही वेळ असाच जातो.. दुपार कधीच उलटलेली असते...गावात दिवेलागणीची वेळ आली आहे...मंदार आजोबांच्या लाल कपड्याकडे आणि मंत्रोच्चाराकडे लक्ष ठेवून आहे .. आजचा यज्ञाचा , विहिरीतील हाडकांचा आणि बंगल्याच्या आत घडलेल्या सर्व छुप्या, रहस्यमय आणि थरारक गोष्टीचा कयास लावण्याचा प्रयत्न करतोय.. इकडे प्रदीप, मानव देखील कधी एकदा आजोबा त्यांच्या गूढ समाधीतून बाहेर येऊन सगळी हकीकत सविस्तरपणे सांगताहेत असे झाले होते. एका वेगळ्याच शक्तीने यज्ञकुंड भोवती येऊन तिघांच्या जाणिवेला दिलेल्या अविस्मरणीय अनुभूतीने तिघे जण अजूनही त्या जाणिवेच्या तरंगात स्वतःचा आनंद शोधात आहेत. त्या अनुभूतीचे शब्दात वर्णन करता येण्याजोगे नव्हते. त्याचे स्मरण कायम आठवणीत कोरलेले आहे. त्या दैवी साक्षात्काराचा नेमका अर्थ आणि बंगल्यात घडलेल्या सर्व घटनांचा उलगडा केवळ आजोबा समजावून देऊ शकतात.

मात्र आत्ता आजोबांना आता कोणीही डिस्टरब करत नाही.. मानव गावातून सफाईदारपणे गाडी बाहेर काढतो आणि रस्ता हाईवे ला मिळतो.

मंदारला आता आजोबांच असा गप्प राहणे अधिक अधिक सतावते आणि तो मानवला गाडी एखाद्या ढाब्यापाशी न्यायला सांगतो... आज दिवसभरात अन्नाचा एक कण पाची जणांच्या पोटात नव्हता.. पण याची शुद्ध कोणालाच राहिली नव्हती.. एकदम मंदार ने आठवण करून दिल्यावर मग सर्वांच्या लक्षात येते आणि काही वेळाने गाडी एका छोट्या मोकळ्या ढाब्यापाशी जाऊन थांबते... आजोबा डोळे उघडतात ... एक एक करत सगळे जण बाहेर हात तोंड धुवायला जातात .

पाची जण एकत्र टेबलपाशी जमतात...सगळ्यांच्या चेहऱ्यावरील बोलके प्रश्न आजोबांचे लक्ष वेधतात आणि ते बोलायला लागतात : "ठीक आहे ..आपण त्या बंगल्यात जाऊन जे उपाय केले त्याच्या बद्दल मला तुम्हाला खुलासा करायचाय.. त्या आधी सागर तुला काही सांगायचे आहे का "?

सागर त्याचा सगळा अनुभव, घडलेल्या सर्व रोचक, अंगावरती येणाऱ्या गोष्टी अशा सर्व गोष्टी सविस्तरपणे सांगतो...आजोबा शांतपणे एक एक बाब समजून घेतात. प्रदीप, मानव आणि मंदार प्रत्यक्ष ह्या लढाईमध्ये

सहभागी नसले तरी बंगल्याच्या अवस्थेवरून आत खूप मोठ्या घडामोडी झाल्या असाव्यात याची कल्पना आलेली असते.. पण सागर चा तो विलक्षण थरारक अनुभव ऐकताना तिघांच्या अंगावर रोमांच येते..सागर च्या एकूण हाव भावात कमालीचा फरक पडला आहे याची जाणीव तिघांना होते. त्याचे डोळे विलक्षण चमकदार झाले आहेत. सागरच्या बोलण्यात एक स्थिरता, आश्वासकपणा आला आहे. सागरची देहबोली कमालीची सकारात्मक प्रेरणा देत असल्याची भावना शेजारी बसलेल्या मंदारला आणि प्रदीप ला येते. दोघे अचम्बून त्याची हकीकत ऐकत असतात. हा सगळं अनुभव त्यांच्या कल्पनाशक्ती पलीकडे आहे. हाच थरार इतर कोणी ऐकलं असता तर विश्वास बसणे कठीण होत. मात्र, ह्यातील घटनेचे ते साक्षीदार होते. सागरचे सांगून होते आणि सर्व जण आजोबांकडे त्याच्या विश्लेषणासाठी बघतात.

आजोबा : “ह्या बंगल्यात जी अभिचारी शक्ती होती ती दोन प्रकारची होती.. ह्या बंगल्यात एक नव्हे दोन सैतानी वृत्या होत्या ... एकाला तुम्ही सगळे जणांनी अनुभवले होतेच. आणि दुसरीकडे ज्या शक्तीचा सागरने सामना केला आणि सागरने यमसदनी पाठवले ती”. “सागर त्याचे नाव काय सांगितले

त्याने 'गोपाळ' काय"? सागर होकारार्थी मान करतो. आजोबा: "माझ्या मते हा गोपाळ ज्या अधिकारवाणीने बोलत होता त्यानूसार हा गोपाळ ह्या सैतानी शक्तीचा साधक असणार.. माझ्याशी मुकाबला करणारी ती सैतानी शक्ती नक्कीच काही शेकडो वर्षांपूर्वीची असू शकते ... त्या गोपाळचा ह्या सैतानाशी कसा संबंध आला मला कल्पना नाही. जसा तुम्हाला तो ब्रोकर माणूस भेटला होता त्या प्रमाणेच हा मांत्रिक देखील ह्या सैतानी शक्तीच्या सानिध्यात आला असावा... कोणत्याही अभिचारी शक्तीला एकत्र आणण्यासाठी आणि जागृत करण्यासाठी एका साधकाची गरज असते ... हा मांत्रिक देखील अशाच कोणत्या तरी शक्तीच्या मागावर होता .. त्याचे कारण, हेतू काहीही असतील .. पण त्याला असल्या असुरी शक्तीला जागृत कसे करायचे ह्याची जाण नक्कीच होती.. त्यामुळेच ह्या तबकडीच्या उद्योग त्याला करावा लागला.. त्या मांत्रिकानेही असुरी ताकदीला आवाहन करून त्याची एक स्वतंत्र जागा दिलेली होती. एक प्रकारे संरक्षण कवच दिले होते... पण हि तबकडी सर्व प्रकारच्या अभिचारी शापांनी भरलेली होती... त्याला आपल्यापैकी कोणीच सहजा सहजी तोडू शकले नसते .. परंतु त्या गोपाळ ला दैवी शक्तीने मोठा फटका देऊन चांगलेच घायाळ बनवले.

आणि शेवटचा वाचण्याचा पर्याय म्हणून तो गोपाळ कमजोर बनून त्या तबकडीत आश्रयाला गेला.. आणि वेळीच सागर ने ती तबकडी यज्ञात सोडून दिली. दोन्ही अभिचारी शक्ती एकदम अग्नीत पेटल्याने त्या सैतानामधली त्याची असुरी शक्ती, ऊर्जा अचानक कमी झाली असावी ..आणि मला त्या शक्तीचा सहज बिमोड करता आला .. In fact, त्याच्यामुळेच खर म्हणजे मी देखील त्याच्यातल्या असुरी ताकदीला नमवू शकलो... आणि सागर ला मोलाची साथ मिळाली ती तुम्हा तिघांच्या प्रयत्नाने"... "खरंच सांगतो.. तो यज्ञ तुम्ही जबाबदारीने तितक्याच पॉसिटीव्ह विचारांनी, sincerely सुरु ठेवलात आणि मी बोलावलेली शक्ती आमच्या मदतीला धावून आली... त्या यज्ञातूनच आजूबाजूला पॉसिटीव्ह वातावरण तयार झाले. आणि ईश्वरी शक्तीनेच सागरला मदत करायला आलेल्या त्या आत्मा वरच्या खोली पर्यंत पोहोचू शकल्या .. त्या सैतानी ताकदीला त्याच्या कर्माची शिक्षा मिळाली".

"आता तुम्हाला प्रश्न पडला असेलच हि तबकडी मी माझ्यासोबत का ठेवली.. हि तबकडी साधी नसून बहुदा त्या असुरी शक्तीची ह्यांनी केलेल्या उपासनांनी प्राप्त झालेली ताकद त्यात साठवलेली होती .. आणि हा सैतान त्या तबकडीत वास करत होता.. जणू त्याचे घरच होते...

सागर तुला त्या खोलीत दिसलेला जो कोणी होता तो ह्या मांत्रिकाची सावलीच होता ... जेव्हा तिथे खूप विषारी धूर झाला आणि तू बेशुद्ध झालास तेव्हा त्या तबकडी द्वारे तुझ्या आत्म्यावर ताबा मिळवण्याचा प्रयत्नात हा गोपाळ असणार आणि त्याने जवळ जवळ ते साध्य केले हि होते .. पण परमेश्वराची कृपा आणि आपण मुक्ती दिलेले सर्व आत्मे तुझ्या मदतीला धावून आले आणि तुला वाचविले .. नुसते वाचवले नाही तर त्या गोपाळचा कायमचा निकाल लावला .. त्यांचा ह्या गोपाळशी पूर्वी नक्कीच संबंध आला असणार .. कारण त्याच्या विषयी त्यांच्या आठवणीत साचून राहिलेला सर्व राग, आकस, बदल्याची भावना हि एकदम प्रेरित झाली आणि त्यांनी ह्या गोपाळ चा बदला घेतला ... आणि त्या तबकडीच्या विशेष गुणधर्म प्रमाणे गोपाळ आपोआप त्या तबकडीच्या जाऊन कैद झाला .. वेळीच तू ती तबकडी खाली यज्ञात फेकलीस आणि त्या पवित्र यज्ञात गोपाळचा जीव संपुष्टात आला... इथे गोपाळ आणि तबकडी अशी दोन महत्वाची साधने भस्मसात झाल्याने माझ्यासमोरील त्या सैतानी शक्तीची ताकद एकदम खाली आली आणि तो एकाएकी कमजोर पडायला लागला .. काही हल्ला करण्यापूर्वीच तो विखुरला गेला आणि हळू हळू ती खोली सोडून दुसरीकडे

जाणे त्याला भाग पडले ... शेवटी हा सैतान म्हणजे असुरी शक्तीच्या प्रभावाने भारलेला अभिचारी गोष्टीचा एक संच होता.. तो एकसंध ठेवण्याची खबरदारी इतकी वर्ष हा गोपाळ करत असावा... गोपाळ हा एकप्रकारे त्याचा गुलाम होता ... त्या तबकडीचा बाहेरील हल्ल्यापासून रक्षण करणे हेच काम होते ...आता तबकडी भस्मसात झाली आणि त्या सैतानाचा ह्या घरावरील ताबा सुटायला लागला... माझ्या मते हे घर खूप जुने जवळ जवळ १०० वर्षापूर्वीचे होते .. अलीकडच्या काळातील काही डागडुजी सोडली तर मूळचा ढाचा जुनाच होता. इतकी वर्षे नकारात्मक ऊर्जेने भरलेला होता .. तो बंगला या आधी बरेचसे अनुचित प्रकाराला साक्षी होता .. इतकी वर्षांचा लोकांच्या शाप , शिव्या आणि त्या दोन्ही सैतानाची नकारात्मक ऊर्जेने खंगलेला असणार.. हि असुरी शक्ती जागा सोडून गेली म्हणूनच त्याचा प्रभाव अचानक सुटल्याने बंगल्याचे मूळ स्वरूप परतले आणि तो भार पेलायला शक्ती उरली नाही" .

सागर : "म्हणजे आजोबा ? ती सैतानी शक्ती अजूनही जिवंत आहे" ?

आजोबा : "मी तुला सांगितलेले होते तेच पुन्हा सांगतो.. हि सैतानी शक्ती म्हणजे विखुरलेल्या अवस्थेतील अभिचारी ताकद .. असुराच्या प्रभावाने आणि मांत्रिकाच्या जोरावर त्याने त्याची व्याप्ती आणि ताकद वाढवली.. ज्या क्षणी मांत्रिक आणि त्या तबकडीचा नायनाट झाला त्या क्षणी हि असुरी ताकद संपुष्टात आली आणि त्या सैतानाची उरली सुरली ताकद हि गळून पडली .. त्या बंगल्याच्या आसपासच्या भागात हि त्या सैतानाचे काही अंश सापडू शकतात फक्त तरंगाच्या माध्यमातून .. आपल्याला त्यात पडायचे नाही.. मुळात ह्या सैतानाचा साधक "गोपाळ" ह्याला सागर आणि त्या पवित्र आत्म्यांनी यमसदनी पाठवले आहे. त्याबरोबर ती तबकडी देखील भस्मसात झाली आहे. तिचेच मी तुकडे तुकडे करून माझ्या सोबत घेतले आहेत.. आता त्यातून जो अभिचारी भाग आहे तो पूर्ण पणे उतरवला जाणार आहे . पण आता हि सैतानी शक्ती इतकी कमजोर झाली आहे कि त्याची दुसऱ्याला फ्रिक्केन्सी देण्याची ताकद हि जवळ जवळ संपुष्टात आली आहे. पूर्वीची जी असुरी शक्ती त्या सैतानाकडे होती त्या तबकडीच्या साहायाने साठवलेली; ती ताकदच संपल्याने मला नाही वाटत कोणी साधक ह्या शक्तीच्या दिशेने ओढून येईल. जर अशा साधकाला फारस फळ मिळणार नसेल तर तो ह्या सैतानाला पुन्हा जागृत

करायला का जाईल?" "त्यामुळे तो कोणाला पुन्हा बोलावून पुन्हा शक्ती मिळवेल का नाही शंका आहे मला.... त्यामुळे त्या सैतानाला नवीन कुरापती करण्याची संधीच सोडली नाही आपण .. थोडक्यात ती जागा शुद्ध झाली असे मानायला काही हरकत नाही" .. "अशा कितीतरी अभिचारी शक्ती अजूनही आपल्या डोक्यावर तरंगत असतात .. योग्य संपर्काची वाट पाहत" ..

मंदार : "पण आजोबा हा सैतान त्याच्या उरलेल्या ताकदीने इतर सामान्य लोकांना वश करू शकतोच कि आणि योग्य त्या साधकापर्यंत पोचून त्याची ताकद पुन्हा मिळवू शकेलच ना"?

आजोबा : "तुमच्या सारखी सामान्य लोक अशा ठिकाणी जातच नाहीत मुळी.. जरी एखादा अनभिज्ञपणे गेलाच तरी त्याची कुवत हवी ना ह्या शक्तीला ओळखण्याची"! "त्या सैतानाशी काही लहरींवर जोडले गेले जाण्याची"! आजोबा पुढे सांगतात "आपल्या लहरी किंवा तरंग एका विशिष्ट रेंज मध्ये कार्यरत असतात. आणि अशा साधकांचे, वाम मार्गावर तांत्रिक शक्ती मिळवणाऱ्यांचे आयुष्य कायम धोक्याचे असते. त्यामुळे ते आपल्यापेक्षा अधिक सावध, कॉशीअस असतात. या जगात अनेक भूत, प्रेत, पिशाच्य यांचा वावर असतो. मात्र, असे साधक फार सांभाळून असतात. त्यांचे एक ठरलेले दैवत असते.. तुमचा तो ब्रोकर त्याने अनुभवलेली ताकद

मूलतः खूप स्ट्राँग होती त्यामुळे आपोआपच आकर्षित होऊन तो त्याच्या आहारी गेला".. "धरून चाल अशा कोणी साधकाला हि सैतानी शक्तीची अनुभूती आली पण त्या सैतानी शक्तीची ताकद जोपर्यंत त्या साधकाला आकर्षित करत नाही; तो जोखत नाही तोपर्यंत असल्या फंदात साधक मुळी पडतच नाही. आणि जोपर्यंत त्या साधकाची अनुमती मिळत नाही तोपर्यंत हि सैतानी ताकद अशीच विखुरलेली भटकत राहणार"...

सागर ह्या उत्तराने हिरमुसतो आजोबा त्याच्याकडे पाहत म्हणतात :" अरे सागर, ह्या शक्तीची आणि आपली काळाची, जगाची कल्पना वेगळी आहे. खूप अफाट असते. इतका जबरदस्त मार खाल्यावर तो सैतान आता बराच काळ 'हीलिंग मोड' मध्ये असणार आहे. निदान काही दशके तरी....कदाचित ह्या काळात तो अज्ञातवासात राहील; स्वतःला इतर घातक नेगेटिव्ह शक्तीपासून वाचण्यासाठी.. शेवटी प्रत्येकाला स्वतःचे अस्तित्व टिकवून ठेवाचेच असतेच . त्यामुळे पुढची काही शतके तरी तो हे धाडस करू शकणार नाही"...

"आणि पुढे जाऊन हे जंगल तरी शाबूत राहील का, मला सांग. जसजशी मानवी वस्ती वाढत जाईल तास तशी त्यांची दैवत ह्या ठिकाणी वास करायला येतील... आणि अशा शक्तींना आपल्या आयुष्यात सहज सहजी ढवळाढवळ करताच येणार नाही".

आजोबा: "आपण सर्वांनी मिळून आज हे यश मिळवले आहे ते विसरता कामा नये.. प्रत्येकाचा ह्या मध्ये काही ना काही प्रकारे योगदान आहे".. इथे प्रदीप, मानव आणि मंदार तिघे जण काहीश्या प्रश्नार्थक चेहऱ्याने आजोबांकडे पाहतात.. आजोबा : "तुम्ही ह्या गोष्टी कडे असा बघा... जर तुम्ही तिघांनी मिळून तो यज्ञ तितक्याच ताकदीने चालू ठेवला नसतं तर कदाचित सागर ला पोचलेली मदत शेवटपर्यंत मिळाली नसती आणि पर्यायाने त्या सैतानाने माझा देखील जीव घेतला असता ... तुमच्या सततच्या पॉसिटीव्ह व्हायब्रेशन यज्ञातील शक्ती जागृत राहून आम्हाला दोघांना वेळेवर वाचवला ... कदाचित ह्याला दैवी चमत्कार देखील म्हणू शकतो .. आणि शेवटी हा अनुभव देखील मोलाचा आहे ना"?

EPILOGU

काही दिवसांनी सर्वांचे रुटीन व्यवस्थित पद्धतीने रुळावर येते. मंदार अजूनही अनिल शर्मा च्या सोबत संबंध ठेवून आहे. त्यांना अद्याप बंगल्या बाबतीत घडलेली सगळी हकीकत सांगितलं नाहीये. अनिल शर्मांनी मात्र काव्याच्या तब्येतीत आणि रात्री अपरात्री पडणारी स्वप्ने कायमची बंद झालेली असल्याचे सांगितले. मिसेस शर्मा आणि स्वतः अनिल शर्मा दोघांना देखील आता भलती सलती स्वप्ने पडायचे बंद झाले आहे. त्या साठी त्यांना विशेष काही करावे लागलेच नाही.. अनिल शर्मा च्या बोलण्यातून मंदारच्या ध्यानात हि गोष्ट एकदम येते आणि खरंच त्याला देखील त्या दिवसापासून कसलेही भय, स्वप्ने, भीती काहीही जाणवत नाही.. मंदारला सागर, मानव, आणि प्रदीप तिघा कडून देखील असेच उत्तर येते. थोडक्यात त्या जागेतील सैतानाचा वावर संपुष्टात आला आहे आणि ती जागा स्वच्छ झाली असे चौघांचे मत पडते. सागर प्रदीप आणि मानव आता असल्या सैतानी, असुरी शक्तींचा भारतीय पारंपरिक पद्धतीप्रमाणे तांत्रिक विद्येचा, उपासनेचा एक नवीन आयाम ने अभ्यास सुरु करतात..

एके दिवशी सागर आजोबांकडे येतो.. सागर आजोबांकडून त्यांच्या संग्रहातून काही दुर्मिळ पुस्तके चाळायला आणि

घेण्याची परवानगी मागायला येतो. स्थिर-स्थावर झाल्यावर आजोबाना विचारतो "आजोबा त्या दिवशी तुम्ही ज्या सैताना बरोबर खोलीत गेलात तेव्हा मी एकटा राहिलो. तुमची मोठी ताकद असताना देखील माझ्या मदतीला त्या देवतेला आणि त्या स्पिरिट्स का यावंसं वाटलं" ? "आपला ह्यावर बोलणं देखील झाला नाही त्या दिवसानंतर" ...

आजोबा : "मी तुला असं कधीच एकटं सोडणार नाही" ... "आपण बंगल्यात जो यज्ञ केला त्या वेळेस यजमान म्हणून मी तुला मुद्दाम बसवले होते. तो यज्ञ फक्त आणि फक्त तुझ्या संरक्षणासाठीच केला होता मी.. आणि ती देवता आली देखील. कदाचित तू यजमान असल्यामुळे त्या बंगल्यातल्या आत्म्याची शक्ती तुझ्या मदतीसाठी धावून आली असावी... आणि तुझ्यातल्या जागृत दैवी गुणामुळे तुला देवतेचे संकेत मिळून ऐन क्षणाला तु बाहेर पडू शकलास... त्या तबकडी मध्ये तुला पुन्हा आत घेऊन जायची ताकद नक्कीच होती; पण तुझ्या सोबत देवतेची मोठी ताकद असल्यामुळे तुला योग्य मार्ग निवडता आला.. आणि शेवटी झालं ते चांगल्यासाठी झालं, नाही का" ?

THE END

www.ingramcontent.com/pod-product-compliance
Lightning Source LLC
LaVergne TN
LVHW040425051026
849517LV00002B/465

* 9 7 9 8 8 8 9 7 5 6 6 2 0 *